கோடைகாலத்தின் சாலை

கோடைகாலத்தின் சாலை

பா. ராஜா (பி.1981)

சேலம் மாவட்டம் அம்மாப்பேட்டையில் பிறந்தவர். தறித்தொழிலாளியாய்ப் பணிபுரிகிறார். அம்மா, முதல்முதலாய், மாயப்பட்சி, நேற்றின் ஜன்னலுக்குப் பார்வையைத் திருப்புதல் ஆகிய கவிதைத் தொகுப்புகள் வெளிவந்துள்ளன.

மின்னஞ்சல்: paaraja@gmail.com

கைபேசி   : 99528 15093

கோடைகாலத்தின் சாலை

பா. ராஜா

காலச்சுவடு பதிப்பகம்

அன்பார்ந்த வாசகருக்கு,

வணக்கம்.

காலச்சுவடு நூலை வாங்கியமைக்கு நன்றி.

நூலின் உள்ளடக்கம், உருவாக்கம், அட்டைப்படம் இன்ன பிற அம்சங்கள் பற்றிய உங்கள் கருத்துகளையும் ஆலோசனைகளையும் காலச்சுவடு வரவேற்கிறது. தகவல், எழுத்து, வாக்கியப் பிழைகள் தென்பட்டால் கட்டாயம் தெரிவித்து உதவுங்கள். நூல் தயாரிப்பில் கடும் குறைபாடு இருப்பின் மாற்றுப் பிரதி உங்களுக்குக் கிடைக்கக் காலச்சுவடு ஏற்பாடு செய்யும்.

மின்னஞ்சல்: **publisher@kalachuvadu.com**

காலச்சுவடு நாகர்கோவில் தலைமையகத்துக்கும் கடிதம் அனுப்பலாம்.

தங்கள்
எஸ்.ஆர். சுந்தரம் (கண்ணன்)
பதிப்பாளர் – நிர்வாக இயக்குநர்

கோடைகாலத்தின் சாலை ❖ சிறுகதைகள் ❖ ஆசிரியர்: பா. ராஜா ❖ முதல் (குறும்) பதிப்பு: டிசம்பர் 2022 ❖ வெளியீடு: காலச்சுவடு, 669, கே.பி. சாலை, நாகர்கோவில் 629001

காலச்சுவடு பதிப்பக வெளியீடு: 1147

kooTai kaalattin caalai ❖ Short stories ❖ Author: Pa. Raja ❖ Language: Tamil ❖ First (Short) Edition: December 2022 ❖ Size: Demy ❖ Paper: 18.6 kg maplitho ❖ Pages: 96

Published by Kalachuvadu, 669, K.P. Road, Nagercoil 629 001, India ❖ Phone: 91-4652-278525 ❖ e-mail: publications@kalachuvadu. com ❖ Clicto Print, Jaleel Towers, 42 KB Dasan Road, Teynampet Chennai 600 018

ISBN: 978-93-5523-260-1

சோறு போடும் தறிகளுக்கும்...
சுமந்து திரியும் எம்மெய்ட்டிக்கும்...

நன்றி

கோணங்கி, பெருமாள்முருகன், ஆதவன் தீட்சண்யா, வா.மு. கோமு, மு. ஹரிகிருஷ்ணன், நரன், லட்சுமி சரவணக்குமார், க. மோகனரங்கன், எஸ். செந்தில் குமார், சம்பு, ந, பெரியசாமி, பாலசுப்ரமணியன் பொன்ராஜ், சீனிவாசன், முகிலன், நாணற்காடன், சு. வெங்குட்டுவன், சுதீர் செந்தில், மனோன்மணி, சாகிப் கிரான், இசை, வெய்யில், இளங்கோ கிருஷ்ணன், ஆர். அபிலாஷ், இளஞ்சேரல், சமயவேல், அகச்சேரன், ஜீவன் பென்னி, குமாரநந்தன், கதிர்பாரதி, நிலா ரசிகன், பாக்கியம் சங்கர், சிபிச்செல்வன், சொர்ணபாரதி, சூர்யநிலா, கே.சி. செந்தில்குமார், நெகிழன், லார்க் பாஸ்கரன், அ. கார்த்திகேயன், அருள் லெசி, வெங்கு, பாலம் முருகன், மருத்துவர் வீ. சுபாஷ், கரூர் சுந்தர்.

○

கல் குதிரை, காலச்சுவடு, 361 டிகிரி, உயிர் எழுத்து, புதிய கோடாங்கி, கல்கி, கல்வெட்டு பேசுகிறது, மலைகள்.காம், நடுகல், பேசும் புதிய சக்தி, சாளரம், தக்கை.

பொருளடக்கம்

அணிந்துரை:
உதிர்ந்து நகரும் சருகுகளின் கதைகள் — 11

1. எதுவுமே நிகழாததைப் போலிருந்தாலும் ஏதோவொன்று நிகழாமலில்லை — 15
2. தொலைந்துபோனவன் — 21
3. நெசவாளர் குடியிருப்பு — 29
4. காணாமற்போன கிளிகள் — 35
5. நண்டுகள் விற்பவன் — 40
6. கேளா இசைச்சொல் — 46
7. தாகம் — 51
8. எட்டாம் பக்கத்தில் ஒரு கையின் ஓவியம் உள்ளது — 56
9. கோடைகாலத்தின் சாலை — 61
10. ஆறு விரல் பெருமாள் — 67
11. கொடுக்கல் வாங்கல் — 71
12. தந்தைமை — 77
13. மந்திரச் சொல் — 89

அணிந்துரை

உதிர்ந்து நகரும் சருகுகளின் கதைகள்

புத்தாயிரத்தில் நிகழ்ந்திருக்கும் சகல விதமான மாற்றங்களையும் அதன் காரண காரியங்களையும் எல்லாவிதமான சாத்தியங்களின் வரம்புகளிலிருந்தும் எல்லைகளிலிருந்தும் சொல்ல முற்படுகின்றனவாகத் தமிழ்ச் சிறுகதைகள் தொடர்ச்சியாக வெளிவந்துகொண்டிருப்பதற்கான சாட்சியங்கள் மிகவும் வெளிப்படையானவை. நிகழ்காலத்தின் ஒவ்வொரு முடிச்சின் இறுக்கத்திலிருந்தும் மனித முகத்தின் அசலான ஒரு வடிவத்தையும், போலியான அதன் மதிப்பீட்டுச் சந்தைப்படுத்துதலையும் கசடுகளையும் அசலாகக் காண்பிக்கும் கதைகள் கொண்டதாக நவீன தமிழ்ச் சிறுகதைகளின் பரப்பு அறியப்படுகிறது. நவீன உலகமயப் பெருக்கத்தின் விளைவாக நம் நிலங்களில் ஏற்பட்டிருக்கின்ற எல்லா விதமான அக-புற மாற்றங்களையும், அதன் நெருக்கடிகளையும் கச்சிதமாகச் சிறுகதைகளின் வழியே பேசிப்பார்ப்பதும் கடத்திக் காண்பிப்பதும் படைப்பமைதியின் சவால்கள் நிறைந்தவை. தமிழ்ச் சூழலில் அறியப்படுகின்ற நிலம் சார்ந்த வாழ்வுகளிலிருந்தும், கவனிக்கப்படாத எளிய மனிதர்களுக்குள்ளிருந்தும், அவற்றுள் பொதிந்து கிடக்கின்ற மறைவான நிகழ்வுகளிலிருந்தும், துயரங்களிலிருந்தும் கிளைகிளையாக உருக்கொள்ளும் இத்தகைய சிறுகதைகள் எண்ணிக்கையற்றவை. தொடர்ச்சியான தினசரி

வாழ்வில், நிலையமைதியின் ஒரு சாளரத்தின் வழியே அவ்வப்போது நெகிழ்ந்து பரவக்கூடிய சிறுவெளிச்சங்களின் வெம்மைகளாகவும் குளிர்ந்த காற்றின் மகிழ்ச்சியாகவும் நெருக்கமான கண்ணீருக்கான அரவணைப்பாகவும் தமிழ்ச் சிறுகதைகளின் இயங்கியல் கட்டமைக்கப்பட்டிருக்கிறது. எல்லாவற்றையும் இழந்துவிட்ட பிறகும் நிகழ்ந்திடும் மகிழ்வான ஒன்றின் உணர்வுகளும் அல்லது எல்லாவற்றையும் கைவிட்டலையும் ஒரு மனத்தின் சுதந்திரத்திற்கான சிறு குறியீட்டு வடிவமொன்றும் தற்போதையச் சிறுகதைகளில் மெல்லிய வேராகப் படர்ந்திருப்பதை நன்கு உணர முடிகிறது.

'கோடைகாலத்தின் சாலை' என்ற இத்தொகுப்பில் பா.ராஜா விரித்திருக்கும் உலகமும் அதனுள் காணக் கிடைக்கும் மனிதர்களும் கவித்துவமான உரையாடலின் சொற்களும் மிகவும் வலுவானவை. வாசிப்பு மனத்தின் பாதைகளை விரித்து வெவ்வேறு இடங்களுக்குக் கொண்டுசெல்லும் ஆற்றல் கொண்டிருப்பவை. கதைக்கான சூழலை விவரித்து கதை மாந்தர்களின் மனத்தை அவர் பரவவிடும் தருணங்கள் மிகவும் எளிமையானவையாக இருக்கின்றபோதும், ஒவ்வொரு கதையின் உட்புறத்திலும் முடிவிலும் நம்மைப் பற்றிக்கொள்ளும் அதன் கரங்கள் வலியின் மென்சரடையும், நினைவுகளின் வலுவையும் கொண்டிருப்பவை. இக்கதைகள் வடுவென விட்டுச்செல்லும் துயரம் நம் துயரத்தைப் போலவே நம்முடன் வளர்ந்து உருமாறிக்கொள்பவையாக இருக்கின்றன. சாதாரணப் புள்ளியில் கதையின் திருப்பத்தை அவிழ்த்து ஒரு தோகையென அதை உருமாற்றிக் காண்பிக்கும் லாவகத்தை ராஜாவின் எழுத்துக்களில் காண நேர்கிறது, இதுவே இக்கதைகளைச் சுவாரசியமாக்குகின்றன.

'தொலைந்துபோனவன்' கதையில் சொல்லிக்கொண்டே செல்லும் விவரணைகள் முழுவதுமாக மேலெழுந்து நம்மை அழுத்திடும் ஒரு தருணமாக அக்கதையின் கடைசியில் வந்திடும் கவித்துவமான சொற்கள் நம்மை முழுவதுமாக ஆக்கிரமித்துக் கொள்கின்றன. 'நெசவாளர் குடியிருப்பு' கதையில் பெரும் ஏமாற்றத்தை எதிர்கொள்ளும் எளிய மக்களின் வாழ்வும் இங்கு நிலவிக்கொண்டிருக்கும் சுரண்டல்களும் வீழ்ச்சிகளுமே சொல்லப்பட்டிருக்கின்றன. இவ்வளவு நெருக்கடிகளுக்குப் பிறகும் தொடர்ந்திடும் இவ்வாழ்வின் கணங்களை அவர்கள் நேசித்திடும் சிறு நம்பிக்கையையும் அரவணைப்பையுமே தன் சொற்களில் ராஜா நமக்குள் கடத்தியிருக்கிறார்.

பால்யத்தின் சிறுசிறு நினைவுகளின் காட்சிகளை நிகழ்காலத்தில் தேடி அலையும் மனத்தின் வேறுவேறு ஏக்கங்களைக் கொண்டிருப்பது ‘காணமற்போன கிளிகள்’ கதை. ‘நண்டுகள் விற்பவன்’ கதையில், எளிய ஒரு தேவையின் பொருட்டு நம்பிக்கையில் தொடங்கிடும் கதை இறுதியில் முடியும் தருணம் நெகிழ்ச்சி நிரம்பியதாக மாறிக்கொள்கிறது. எவ்வளவு துயரத்தையும் கொடூரத்தையும் மிக இயல்பாகக் கடந்து செல்வதற்கு நம்மைப் பழக்கிக்கொண்டிருக்கும் யதார்த்தத்தின் ஒரு சாயலை இக்கதைகள் கொண்டிருக்கின்றன. இவை போலவே கோடைகாலத்தின் சாலை, ஆறுவிரல் பெருமாள், கொடுக்கல்-வாங்கல், தந்தைமை, மந்திரச்சொல் ஆகிய கதைகளில் நிகழும் தருணங்களில் மனத்தின் வெளிப்பாடுகளும் அதன் துயரம் கோத்த நெருடல்களும் மிக இயல்பாகச் சொல்லப்பட்டிருக்கின்றன. கதைகளின் மையங்களுக்குள் துயரத்தையும் கதாபாத்திரங்களின் எண்ண அலைகளையும் சித்திரித்துக் குவித்துக் கச்சிதமாகக் காண்பிக்கும் லாவகமும் வசீகரமும் மிகத் தெளிவாக உணரும்படியிருக்கின்றன. மேலும் கழிவிரக்கத்தைப் பிழிந்திடும் சொற்கள் தனியாக இல்லாமலிருப்பது மிகவும் ஆறுதலானது.

இத்தொகுப்பின் கதைகளில் நிகழ்வுகளின் வழியாக வெளிப்படும் மனிதர்களும் அவர்களின் மன நெருக்கடிகளுக்கான சூழல்களும் வலிகளும் அன்றாடத்தின் மிக யதார்த்தமாகயிருக்கின்றபோதும் அரவணைப்பிற்காக எப்போதும் ஏங்கிக்கொண்டிருக்கும் தருணத்தையும், மனித பலகீனத்தின் வெவ்வேறு வலிகளுக்குள் ஒளிந்திருக்கும் சாரத்தையும், அன்பின் ஆழத்தில் நெளிந்திடும் ஞாபகங்களின் முகங்களையும் தனியாக ஒற்றை ஒளிக்கீற்றென அழுத்தமாக உணர்த்திக் காண்பித்திருப்பது இக்கதைகளை நெகிழ்ச்சி நிறைந்ததாக மாற்றிக் காண்பிக்கின்றன. தொடர்ச்சியான உறவுகளில், வாழ்நிலைகளில் நாம் ஏற்படுத்திக்கொள்ளும் நெருக்கங்களுக்கும் நெருடல்களுக்கும் பிறகான மனஅமைதியில், வெற்றிடத்தில், மனப்பிறழ்வில், ஆகக் கடைசியிலான தேடலில் நமது கைகளுக்குள் தங்கிக்கொள்ளும் சில உணர்வுகளின் ஈரமான தடத்தைப் போலவே இக்கதைகள் நம்முள் தங்கிக்கொள்கின்றன. கைவிடப்பட்ட வழியில், சந்திப்பில் தோன்றி மறைந்துபோகும் சில பூக்களின், சில முகங்களின் சிறுசிறு ஞாபகங்களும் தொடர்ச்சிகளும் முடிவுகளும் இப்படித்தான் நம்மை நிலைகுலையவைக்கின்றன. வாழ்வு எப்போதும் கச்சிதத்தன்மையற்றதாகவே இருக்கிறது. அதன்

ஒவ்வொரு ஓரமும் சில அதிகப்படியான தேய்மானங்களையும், சிராய்ப்புகளையும் இடைவெளிகளையும் நெருடல்களையும் கொண்டிருக்கின்றன. அதைத்தான் இக்கதைகள் பட்ட வர்த்தனமாக எடுத்துக் காண்பிக்கின்றன. ஒரு சாளரத்தின் கதவுகளைத் திறப்பதும் மூடுவதுமான காற்றின் சுவாரசியமான யதார்த்தத்தைப் போலவே இக்கதைகள் உணர்த்தும் வெளிச்சமும் இருளும் அவற்றிற்கிடையிலான கவனிக்கத் தவறிய மெல்லிய ஒன்றின் இருப்பும் அசலாக மாறிக்கொள்கின்றன. பா.ராஜா தொடர்ந்து சிறுகதைப் பரப்பில் இயங்குவதற்கான வாழ்த்துகளும் நிறைவான அன்பும்.

விசாகப்பட்டினம்   ஜீவன் பென்னி
15.07.2022

1

எதுவுமே நிகழாததைப் போலிருந்தாலும் ஏதோவொன்று நிகழாமலில்லை

உங்களிடம் சொல்லிப் பகிர்ந்துகொள்வதற்கு அசிங்கமாகவும் வெட்கமாகவும் இருக்கிறது. இருந்தாலும் யாரிடமாவது சொன்னால் மனம் சற்று சாந்தமடையும். அல்லது அதிலிருந்த சுமை வெளியேறி மனதை, எழுதாத வெற்றுத்தாளாய் மாற்றுமென நினைக்கிறேன். ஒரு முழு வெள்ளைத்தாளில் எழுதுவதற்கு முன்பும், எழுதியதற்குப் பின்பும் எடைபோட்டுப் பார்த்து மாற்றங்கள் ஏதாவது இருக்கிறதாவென முதலில் சோதிக்க வேண்டும். இன்று அதிகாலை ஒரு கனவு கண்டேன். அதுதான் என்னை அதிர்ச்சியுறவும் அதிருப்தியடையவும் செய்திருக்கிறது. அதிகாலைக் கனவுகள் பலிக்குமென நம்பப்படுகின்றன. அதுபோல இந்தக் கனவும் பலித்துவிட்டால் அவ்வளவுதான்.

அந்தக் கனவைப் பற்றிப் பேசவோ நினைக்கவோ கூடாதென மிகக்கட்டாயமாய் மனதைத் திசைதிருப்ப எண்ணித் தொலைக்காட்சியினுள் நுழைந்தால் அங்கேயும் அக்கனவை நினைவூட்டும்படியான கூத்துதான் நிகழ்ந்துகொண்டிருக்கிறது.

தி ஷாகி டாக் என்றொரு ஆங்கிலத் திரைப்படம். அதன் நாயகன் முன்னூறோ அல்லது மூவாயிரம் வருடங்களோ உயிரோடு இருக்கும்

நாயொன்றால் கடிபட்டதும், அப்போதிலிருந்து திடீர் திடீரென நாயாக மாறிவிடுகிறான். நாய்போல ஊளையிடுகிறான். சிறுநீர் கழிக்கக் காலைத் தூக்குகிறான். பெண் நாயின் பின்புறத்தை முகர்ந்துபார்த்து நக்குகிறான். எலும்பைக் கவ்வுவதற்கு ஓடுகிறான். கால்களால் நடப்பதற்குப் பதிலாய்க் கைகளையும் பயன்படுத்தியே நடக்கிறான். அவன் அணிந்திருக்கும் கழுத்து டையின் நுனிவரை அவன் நாக்கு தொங்கிக்கொண்டிருக்கிறது. நாய்கள், ஒன்றாய்க் கூடிப் புணரும் போது தனது குறியையெடுத்துக் கையில் பிடித்துக்கொண்டு தானும் போய் முட்டிமோதுகிறான். படத்தை மேற்கொண்டு பார்க்க முடியவில்லை. இன்னும் என்னென்ன விநோதங்கள் நிகழுமோவென்ற அச்சத்தில் அதனை நிறுத்திவிட்டு, கைகளிரண்டையும் பின்னந்தலையில் கோத்தபடி ஆயாசமாய் சாய்ந்தமர்ந்தேன்.

நினைவுகளின் அடுக்குகளில் இருண்டு கிடந்த ஒன்றின் மேல் யாரோ ஒளி பீய்ச்சியடித்ததுபோல், உயிர்பெற்ற அந்நினைவுகள், அணைந்து கிடந்த தொலைக்காட்சித் திரையில் படமென ஓடத் தொடங்குகிறது. அதில் தியாகராஜும் நானும் விளையாடிக்கொண்டிருக்கிறோம். எங்களோடு இன்னமும் நிறைய பேர் இருந்தாலும் அவர்கள் எல்லாம் தற்போது தொடர்பறுந்துபோய் எங்கிருக்கிறார்கள் எனத் தெரியாத நிலையில் தியாகராஜ் மட்டுமே ஞாபகத்திலிருக்கிறான். விளையாடிக்கொண்டிருந்த சிறுவர்கள் மத்தியில் ஒரு சிறு சலசலப்பு, அடுத்த தெருவில் மூன்று நாய்கள் ஒன்றாக மாட்டிக்கொண்டதென ஆட்டத்தைப் பாதியில் விட்டெறிந்துவிட்டு அங்கு ஓடிக்கொண்டிருந்தனர். நானும் தியாகராஜும் அங்கு செல்கிறோம். பெண்களெல்லாம் முகம் சுளித்தபடி அவ்விடத்தைக் கடந்து சென்று கொண்டிருக் கின்றனர். உற்சாகமடைந்த சிறுவர்கள் அதனைப் பிரிப்பதில் முனைப்புகாட்டிச் சாம்பலை அள்ளி அம்மூன்றின் குறிகளிலும் வீசுகின்றனர்.

எரிச்சலில் அந்நாய்கள் துடித்துக்கொண்டிருக்க மற்ற பையன்கள் கைத்தறியில் அல்லு பிடிப்பதற்குத் தேவைப்படும் கண்ணங்கோல் எனப்படும் உலக்கை போன்ற வடிவிலான உருண்ட கோலால் நாய்களை அடித்துத் துவம்சம் செய்யத்தொடங்கிவிட்டனர். நாங்கள் இருவரும் காணாததைக் கண்டமாதிரி மிகக் கவனமாய் அதை வேடிக்கை பார்த்துக்கொண்டிருக்கிறோம். "விளையாடியிருந்தால்கூட இவ்வளவு சுவாரஸ்யமாய் இருந்திருக்காதுதானே..." என தியாகராஜ் முழுதாய்ச் சொல்லிக் கூட முடிக்கவில்லை. என் நெற்றியில் கல்லொன்று விழுந்து நினைவுத் தொலைக்காட்சியை

அணைத்துவிட்டிருக்க நினைவுலகிலிருந்து நிகழ் உலகிற்கு நாய்க்குட்டியெனத் தாவிவந்து விழுந்திருக்கிறேன்.

சாம்பல்தூவியதுபோக, கண்ணங்கோலால் தாக்கியதுபோகத் திருப்தியுறாத சிறுவர்கள் சிக்கிக்கொண்டு பிணைந்திருக்கும் நாய்கள் மூன்றின் குறிகளுக்கும் குறிவைத்து எறிந்த கல்லொன்று தான், குறிதவறி என் நெற்றியைத் துவம்சம் செய்துவிட்டிருக்கிறது. இதைத் தங்களிடம் சொல்லும்போதுகூட அந்தத் தழும்பைத் தடவியபடியேதான் அமர்ந்திருக்கிறேன். கல்லெறிந்தவனுக்கும் எனக்கும் ஏதும் பகையில்லை. அதனால் அவன் நாய்களின் குறிகளுக்குத்தான் குறி வைத்தான், அது தவறிவிட்டது என்பதை நானும் ஏற்றுக்கொள்ள வேண்டியதாயிற்று. குறி தவறியதைப் போலவே அவனும் எங்கள் நட்புவட்டத்திலிருந்து தவறித் தொலைந்துபோயிருக்கிறான். பெயர்கூட நினைவில் இல்லாத, தழும்பைப் பரிசளித்த அவன், இதைக் கேட்டுக்கொண்டிருக்கும் நீங்களாகவுங்கூட இருக்கலாம்.

தி ஷாகி டாக் படத்தின் நாயகன் நாயாய் மாறித் திடீர் திடீரெனக் குரைப்பதைப்போல் நான் குரைப்பதாகக் கற்பனை செய்துபார்ப்பதற்கே வெகு கேவலமாக இருக்கிறது. விடுமுறை எடுத்தாயிற்று. எதற்கு வீட்டினுள்ளே அடைந்து கிடக்க வேண்டுமென வெளியே வந்தால், பாதசாரிகள் அனைவரும் வாலோடு அலைவதாயொரு பிரமை. அதில் ஒருவர் என் மேலதிகாரியின் சாயலில் இருக்க, அலுவலகத்தில் அவர் நடந்துகொள்ளும் விதம்கூட 'லொள்லொள்' தனமாகத்தானே இருக்குமென்ற சிறு சிந்தனையொன்று வந்துபோகிறது. யோசித்துப் பார்த்தால் இப்படியான ஒரு கனவு வந்ததற்கு நானொரு அலுவலக மனிதனாய் மாறியதுகூடக் காரணமாயிருக்கலாம். நான் வேலை செய்யும் அந்தத் தனியார் நிறுவனமிருக்கிறதே அது கிட்டத்தட்ட என்னை இயந்திரமாய் மாற்றியோ அல்லது இயந்திரத்தின் தன்மையை என்னுள் புகுத்தியோ என்னை வேறு ஒருவனாய் மாற்றிவிட்டிருக்கிறது. குளித்து, சவரம்செய்து, உடையுடுத்தி வெகு நாட்களாயிற்று. பேன்ட், சர்ட், டை, சகிதமாய் சட்டையைப் பேன்டிற்குள் விட்டுக்கொண்டு தெருவில் நடக்கும்போதெல்லாம் நிர்வாணமாய் நடப்பதைப்போலத் தற்போதெல்லாம் தோன்ற ஆரம்பித்திருக்கிறது.

இந்த நிறுவனம் இருக்கிறதே பணியாற்றும் எவனையும் நம்பவே நம்பாது. அதன் பரப்பு எல்லையைத் தாண்டியும் ஒருவரைக் கவனிப்பதில் கில்லாடி. வீடு, டீக்கடை, கழிப்பறையென எங்கும் என்னைக் கண்காணித்துக் கண்காணித்து என் படுக்கையறைக்குள்ளும் யாரோ மறைந்திருப்பதாய்த்

தோன்றச்செய்து நேற்றிரவு சுயமைதுனத்திலும் லயிக்க முடியாமல் செய்துவிட்டனர். சிகரெட் பிடிக்கத் தடை, அதையும் மீறி வெளியிலிருந்து புகைபிடித்துவிட்டுச் சென்றால் அவ்வளவு தான் களேபரமே நடக்கும். வெளிவேலையென வந்துவிட்டு உள்ளே செல்லும்போது வாயில் ஹால்சோ நிஜாம் பாக்கோ வைத்திருந்தால் அம்பேல்தான். மதுவருந்தும் பழக்கம் இருப்பதாய்த் தெரிந்தால் அவ்வளவுதான் சீட்டையே கிழித்துவிடுவார்கள். வெகுசீக்கிரமே உணவு விஷயத்திலும் கண்டிக்கப்படலாம், குசுவிடுவதற்கும் தடை செய்தாலும் செய்வார்கள். பிறகு, மலங்கழிப்பதாய் கழிப்பறைக்குச் சென்றவன் சிறுநீரும் கழிக்கிறான் என்ற குற்றச்சாட்டும்கூடச் சுமத்தப்படலாம். என் முதுகில் பதியப்பட்டிருக்கும் அலுவலகத்தின் கண்கள் என்னிலிருந்த என்னை வெளியேற்றிவிட்டுக் கூன்விழுந்த யாரோ ஒருவனை நிறுவிவிடுவதற்கெனப் பெரும் சிரத்தை எடுத்துக்கொள்கின்றன. கூன்விழுந்த நாயென என்னைக் கற்பனை செய்துபார்க்கவும் தவறவில்லை நான். எனக்கு என்ன ஆசையென்றால் அலுவலக தினமொன்றில், வெளியே பெய்துகொண்டிருக்கும் அதிசயப் பெருமழையில், ஜன்னல் கண்ணாடியை உடைத்துக்கொண்டு எம்பிக் குதித்து மழையில் நனைந்து, அப்படியே கரைந்துபோய்விட வேண்டும்; கிட்டத்தட்ட ஒரு மாய அல்லது மர்ம மரணம்போல. நான் என்னவானேன் ஒருவேளை நாயாக மாறிவிட்டேனா என்ற பெருங்குழப்பத்தை மேலதிகார லொள்லொள்ளுக்கும், மற்ற இயந்திரவாதிகளுக்கும் அப்புறம் இந்த உலகத்திற்கென எல்லோருக்குமாய்ச் சேர்த்துப் பரிசளிக்க வேண்டும் போலிருக்கிறது.

இருங்கள்; இந்த இடத்தை எங்கேயோ பார்த்ததுபோலிருக்கிறது. எங்கே? வீட்டிலிருந்து கிளம்பிக் காலாற நடந்து இருபது நிமிடங்களைக் கடந்த பின் இங்கு வந்திருக்கிறேன். வழக்கமாய் நான் பயன்படுத்தும் சாலைதான் இது. ஆனால் ஏதோ வித்தியாசமாய்ப் படுகிறது. யோசிக்கிறேன் யோசிக்கிறேன் பிடிபடவேயில்லை. தலையில் பெரும்பாரமொன்று வந்து அமர்ந்துகொண்டது. அருகிலிருக்கும் டீக்கடையில் டீ ஆர்டர் சொல்லிப் பருகிவிட்டு, சிகரெட் பற்றவைத்தபோது, அந்தத் தெருவில் சுற்றித் திரியும் நாயொன்று கடையின் முன் நின்று யாராவது பொறை ஏதாவது வீசுவார்களா என்ற ஏக்கத்தின் கண்களோடும், கேட்ச் செய்வதற்குத் தயாரான வாயோடும் நின்றுகொண்டிருக்கிறது. இந்த டீக்கடையில் இப்படியொரு ஆயாசமான சூழலில் அமர்ந்துகொண்டு டீயும் சிகரெட்டும் குடிக்கத்தான் இன்று விடுப்பு எடுத்தோமா என எண்ணியபடி எதிர்ப்புறமிருந்த சுவரில் பார்வையை ஓடவிட, ‘பசங்க’

திரைப்படத்தின் போஸ்டர் ஒட்டப்பட்டிருந்தது. கனவிலும் இதே சுவரில் இந்தப் போஸ்டர்தான் இருந்தது. சுற்றுமுற்றும் பார்க்கிறேன். கனவில் வந்த அதே இடம்தான் இது.

ஞாபகம் வந்துவிட்டது. இரண்டு நாட்களுக்கு முன்பு இதே சாலையில் அவசர அவசரமாக அலுவலகம் சென்று கொண்டிருக்கும்போது எதிர்ப்புறமிருந்து என்னைப் போலவே அவசரகதியில் வந்த லாரி, தெருவில் உலாத்திக்கொண்டிருந்த நாயொன்றை ஓங்கி அறைந்து, சாலையில் தள்ளிவிட்டுவிட்டுப் போய்விட, கண்ணெதிரே அந்த நாய் குடலை வெளித் துருத்தியபடி துடித்துக்கொண்டிருக்க, அதற்கென ஏதும் செய்யவியலாவிட்டாலும், சற்றே நின்று நிதானித்து அதனைப் பார்த்துத் துயரப்படக்கூட விடாமல் மணிக்கட்டில் உருளும் கடிகாரத்தின் முட்கள் என் புட்டத்தைக் குத்திக் குடைந்து ஓடாத மாட்டை வாலை முறுக்கி ஓடவைப்பதைப் போல என்னை ஓடவைத்தன.

அப்போது மாடொன்றின் முகத்துடனும் கொம்புடனும் அலுவலகத்தினுள் நுழைகிறேன். அதற்குள் பத்து நிமிடங்கள் தாமதமாயிருக்க, மேலதிகாரியின் இரண்டு லொள்லொள்களை அவருக்குள்ளிருந்து துப்பச் செய்துவிட்டு, கொம்புகள் இருப்பதை மறந்துபோன மாடாய் நானும் அங்கிருந்து வெளியே வந்து வழக்கமான வேலையைத் துவங்கிவிட்டிருந்தாலும் அந்த நாயின் முகம் விடாமல் என்னை நெருடிக்கொண்டேயிருந்தது. இந்நேரம் அது செத்திருந்தாலும் செத்திருக்கும். யாராவது அப்புறப்படுத்தியிருப்பார்களா? இல்லை எல்லோரும் வாட்ச் கட்டியவர்களாகவே இருப்பார்களா? அப்புறப்படுத்தாவிட்டால் அதனுடலைச் சிறு சிறு துணுக்குகளாய்ப் பிரித்து எத்தனை வாகனச் சக்கரங்கள் தின்றிருக்கும்? கேள்விகள் மாலைவரையிலும் மனதைக் கொத்திக்கொண்டேயிருந்தன. அலுவலகம் முடிந்த அன்றைய மாலையில் அதே இடத்தில் வந்து நின்று, காலை இதே இடத்தில் ஒரு இயந்திரமாய் நின்றுகொண்டிருந்ததை நினைத்தபடி சுற்றுமுற்றும் பார்க்கிறேன். காலையில் இங்கொரு ஜீவன் மரணமுற்றதற்கான எந்தவொரு அதிர்வும் அங்கில்லை. கடைசித் துளி உயிரும் கசியும் நிலையில் கிடந்த அந்த நாயின் முகத்தை மனதில் சுமந்தவாறே அறைக்கு வந்து வெகுநேரமாகியும் மனம் எதிலும் லயிக்காமல் சூனியமடைந்திருந்தது.எல்லோரையும் போலத்தான் நானுமா? இந்தக் கேள்வி தூங்கவிடாமல் வதைத்தது. துடிதுடித்துக்கொண்டிருந்த அந்த நாய் திடுமென உயிர்பெற்றுச் சுற்றி நின்றுகொண்டிருந்த எல்லோரையும் அடையாளம் கண்டுகொண்டு, முகவரி கண்டுபிடித்து வீடுவந்து அனைவரின் குறிகளையும் கடித்துக் குதறுமோ?

கோடைகாலத்தின் சாலை ☙ 19 ❧

இதோ வெளிக்கதவு பிறாண்டப்படும் சத்தம் கேட்கிறதே. அது முதலில் என்னிலிருந்துதான் தொடங்குமோவென்ற ஏதேதோ கேள்விகளால், எப்படியோ அந்த நாய் நிச்சயம் நம்மைத் தண்டிக்கப்போகிறது என்ற எண்ணத்தோடு அப்படியே தூங்கிப்போனேன். அப்போதுதான் அந்தக் கனவு வந்திருக்கிறது.

அந்தச் சாலையில் மனிதர்கள் யாருமில்லை, தெரு முழுதும் இருளால் நிரம்பியிருக்கிறது. தெருவிளக்குகள் வரிசையாய் நின்றுகொண்டிருந்தாலும் அவையேதும் பேசாமல் மௌனித்திருந்தன. நான் அங்கு மின்விளக்குக் கம்பங்களின் இடைப்பட்டவொருவெற்றிடத்தில் கம்பமொன்றாய்த் தலைகீழாய் நின்றுகொண்டிருக்கிறேன். அப்போது அந்த நாய் தூரத்திலிருந்து மெதுவாக ஓடிவந்து என்னருகில் மூச்சிரைக்க நின்று என்னையே முறைத்துப் பார்க்கிறது. பிறகு நானே எதிர்பாராவொரு தருணத்தில் என் முகத்தில் சிறுநீர் கழிக்கத் தொடங்கிவிட்டது. என்னால் முகத்தைத் திருப்பிக்கொள்ள முடியவில்லை. அதற்கென முயற்சிக்கவுமில்லை. மூச்சுவிடச் சிரமப்பட்டவாறே சட்டென்று எழுந்து அமர்ந்தேன். மின்சாரமற்றுப்போயிருந்ததில் என் முகமெல்லாம் வியர்த்திருக்கிறது. என்னில் நிகழ்ந்த எல்லாவற்றையும் பார்த்து ஓய்ந்திருக்கிறது மின்விசிறி.

உயிர் எழுத்து, ஏப்ரல் 2010

2

தொலைந்துபோனவன்

சிவா என்கிற சிவக்குமாரை முற்றிலுமாய் நான் மறந்தே போய்விட்டிருந்தேன். கிட்டத்தட்டப் பதிமூன்று வருடங்கள் கடந்தோடியிருக்கின்றன. இப்போது இருந்தால் சிவாவுக்கு நாற்பத்திமூன்று வயதிருக்கும். இருந்தால் என நினைக்கும்போது ஒருவிதமான நெருடல் உண்டாகிறது. இருப்பான். இருக்க வேண்டும். சிவா என்னை விட்டோ அல்லது நான் சிவாவை விட்டோ பிரியும்வரை, நீ, வா, போ, என சிவாவை ஒருமையில் பேசியதில்லை. வயதில் மூத்தவர் என்பதால் மட்டுமின்றி சிவாமேல் ஒரு மதிப்பு இருந்தது. ஆனால் இத்தனை ஆண்டுகளாய் மறந்துபோய்விட்டிருந்த சிவாவின் நினைவு எனக்குள் விழித்துக்கொண்டதோடு மட்டுமின்றி, இதுவரையிலுமாய் இருந்த ஏதோ ஒரு திரை விலகியதுபோல், அவரை அவன் இவன் எனக் குறிப்பிடும்படியான நெருக்கம் மனதில் ஏற்பட்டிருக்கிறது. ஒருவேளை இப்போது என்னெதிரிலே சிவா தோன்றினால், வாடா போடா எனக்கூடப் பேசிவிடுவேன் போலத்தானிருக்கிறது.

சிவாவை நான் எப்படி மறந்தேன் என்பது ஒருபுறம் வியப்பாயிருந்தாலும், அவனை முதல் முறையாகப் பார்த்தபோது எனக்குப் பிடிக்கவே யில்லை, அவனோடு இத்தனை நெருக்கமாய்ப் பின்னாளில் பழகப்போகிறோம் என எவ்விதமான குறிப்பும் என்னுள் தோன்றியிருக்கவில்லை. இன்று என்னிடம் இருக்கும் எத்தனையோ பழக்கங்களுக்கு, அது நல்ல பழக்கமோ கெட்ட பழக்கமோ, அனைத்திற்கும் அவனே முன்மாதிரியாக

இருந்திருக்கிறான். தினமும் தலைக்குக் குளிப்பது, தலைக்கு எண்ணை வைக்காதது, நகம் கடிப்பது, பீர் குடிப்பது, இதற்கெல்லாம் முன்மாதிரியாக அவன் இருந்தது அப்போது எனக்குத் தெரியவில்லை, இப்போதுதான் தோன்றுகிறது.

மூன்றாண்டுகாலப் பழக்கந்தான் என்றாலுங்கூட நகமும் சதையும் என்பார்களே அதுபோல, ஒன்றாகவேதான் திரிந்திருக்கிறோம். எங்கள் தெருவுக்குக் குடிவந்த முதல் மூன்று மாதங்களுக்கு அவன் என்னுடன் ஏதும் பேசியிருக்கவில்லை. என்னுடன்தான் என்றில்லை; யாருடனும் அவன் பேசியதாய்த் தெரியவில்லை. அவனது தந்தை நடத்தும் மளிகைக் கடையின் கல்லாவில் சில நேரம் அமர்ந்திருப்பான். மற்ற நேரங்களில் வெளியே வர மாட்டான். வீடே கதியென அடைந்து கிடப்பான்.

பாடல் கேட்பதில் பெருவிருப்பமுடையவன். அவன் வீட்டிலிருக்கும் டேப்ரிக்கார்டர் எந்த நேரமும் இசைத்துக் கொண்டேதான் இருக்கும். பாடுவதிலும் விருப்பமுடையவன் எனப் பின்னாளில்தான் தெரியவந்தது. ஆனால் அதற்கு முன்னதாகவே தெரியவந்த அவனது உயரம் எனக்கு அதிர்ச்சியளித்தது.

அதிகாலையில் எழும் பழக்கமெல்லாம் எனக்கில்லை, பொழுது நல்ல பளபளப்பாக விடிந்திருக்க வேண்டும் அப்போதுதான் படுக்கையிலிருந்து விடுபடப் பிடிக்கும். அன்று ஒரு திருமணத்துக்குச் செல்ல வேண்டிய கட்டாயத்தின்பேரில், அதிகாலையில் முகூர்த்தத்திற்கு நேரங்குறித்துக் கொடுத்த குறிகாரனைக் கெட்டவார்த்தையால் திட்டிக்கொண்டே எழுந்து, குளித்து முடித்துத் தயாராகி, வீட்டிலிருந்து கிளம்பியபோது, எதிர் வரிசையில் நாலு வீடு தள்ளியிருக்கும் அவன் வீட்டினருகில், ஓர் உருவம் பல் தேய்த்துக்கொண்டிருப்பதைப் பார்த்ததும், ஒருகணம் ஒன்றுமே புரியவில்லை, கிட்டதட்ட முப்பது வருடங்களை விழுங்கியிருக்கும் சிவாவின் உடல், வளர்ச்சியில் மட்டும், மூன்றரையடி உயரமே இருந்தது. அதிர்ச்சியுடன் நான் பார்த்துக்கொண்டிருப்பதை எச்சியுமிழத் திரும்பிய அவன் பார்த்துவிட்டதும் தலையை உள்ளிழுத்துக்கொள்ளும் ஆமையைப் போல உடலை வீட்டிற்குள் இழுத்துக்கொண்டான்.

இரண்டு முறை அவனைப் பார்த்திருந்தேன். இருமுறையும் கடையில் அமர்ந்திருந்தவாக்கில் பார்த்ததால் சரியாய்த் தெரியவில்லையா அல்லது நாம் சரியாய்ப் பார்க்கவில்லையா, என்ற சந்தேகம் தோன்றியது. திருமணம் முடிந்து வீடுதிரும்பியதும் நானாகவே வலியச்சென்று அவனைச் சந்தித்தேன். முதன்முதலில் பீர் குடித்ததும அவனோடுதான். முதன்முதலில் பலான படம்

பார்த்ததும் அவனோடுதான். முதன்முதலில் டபுள்ஸ் வைத்து சைக்கிள் ஓட்டியதும் அவனைத்தான். என் வாழ்வின் நிறைய விஷயங்களின் தொடக்கமாய் அவனிருந்திருக்கிறான். இப்போது எனக்கிருக்கும் நண்பர்கள் என்னைத் தேடி வீட்டிற்கு வந்தெல்லாம் சந்திக்க மாட்டார்கள். பொது இடங்களில் சந்தித்துப் பேசுவதோடு சரி. ஆனால் நான் அப்படியல்ல, நண்பர்களின் வீட்டிற்கு வலியச் சென்று சந்தித்துத் திரும்புவேன்.

சில சமயங்களில் வெறுப்பாகக்கூட இருக்கும், நாம்தான் எல்லோருடைய வீடுகளுக்கும் சென்றுவருகிறோம், எவரும் நம்மைத் தேடி வருவதில்லை, நாம் விட்டுவிட்டால் அவர்களும் அப்படியே விட்டுவிடுவார்கள் போலிருக்கிறது என நினைப்பேன். அந்த வகையில் நான் வலியச் சென்று முதல் முறையாய்ப் பார்த்ததும் சிவாவைத்தான். என்னைப் பார்த்ததும் அவனுடலில் ஏற்பட்ட பதற்றத்தையும் இதயம் வேகமாய்த் துடிப்பதையும் கண்கள் காட்டிக்கொடுத்தன. அவனது உடல்மொழியும் கண்களும் காண்பிக்காமல் விட்ட ஒன்றைப் பிறிதொருநாளில் அவனே சொன்னான். வயதுக்குச் சரியான என் உயரம் கண்டு பொறாமையும் எரிச்சலும் அவன் அடைந்ததாகச் சொன்னான்.

முதலில் சிவா என்னிடம் ஏதும் பேசவில்லை. அவனது அம்மாதான் வரவேற்று, காபிபோட்டுக் கொடுத்துவிட்டுப் பேசிக்கொண்டிருந்தாள். ராசிபுரம் சொந்த ஊரென்றும் சாமுண்டி தியேட்டர் எதிரில் இருக்கும் பேக்கரியில் சிவா வேலைபார்த்ததையும் அங்கே மளிகைக்கடையில் சரியான வியாபாரம் இல்லாததால் இங்கே குடிவந்திருக்கிறோம் என்றும் சொன்னாள். சிவாவுக்கு இந்த ஊரே பிடிக்கவில்லையாம். நான் ராசிபுரத்திலேயே இருந்துகொள்கிறேன், நீங்கள் மட்டும் போங்கள் என்றான். நாங்கள்தான் வற்புறுத்தி இங்கே அழைத்து வந்தோம். அங்கே அவனுக்குச் சில நண்பர்கள் இருக்கிறார்கள். சொந்த ஊரும்கூட. நல்லாயிருக்கும் நமக்கே ஓர் இடம் விட்டு, இன்னோர் இடம் வந்தால், அந்த இடம் பழக்கமாக ரொம்ப நாட்கள் ஆகிறது. இவன் என்ன செய்வான் என்று தனது ஆதங்கச் சொற்களைக் கொட்டினாள்.

பிறகு தினமும் சிவாவின் வீட்டிற்குச் செல்லத் தொடங்கினேன். அவனது அறை மிக வித்தியாசமானதாய் இருந்தது. அவனது கையெட்டும் உயரத்தில் ஒரு மர அலமாரியை வடிவமைத்திருந்தான். அதில் புத்தகங்கள் அடுக்கப்பட்டிருந்தன. குமுதம், விகடன்போக, எம்.எஸ். உதயமூர்த்தியின் நூல்கள், மெர்வினின் தன்னம்பிக்கை நூல்கள். மலிவு விலைப் பதிப்பில் போடப்பட்ட பாட்டுப் புத்தகங்கள், அதுபோக சரோஜாதேவி புத்தகங்கள்.

எக்கச்சக்கமான ஆடியோ கேசட்டுகள், பழைய பாடல்கள், புதிய பாடல்கள் எனத் தரவாரியாய் அடுக்கப்பட்டிருந்தன. அவனது அறை எனக்கு மிகவும் பிடித்திருந்தது. என் வீட்டில் எனக்கெனத் தனியறை ஏதும் இல்லை. அதனால் எனது பெரும்பாலான நேரங்கள் அவனது அறையிலும் அவனுடனும் கழிந்தது. அவனது அறைக்கு நான் அடிக்கடி செல்வதற்கு, சுவரில் அறையப்பட்டு முலை பிதுங்க நிற்கும் யுவதியின் படமும் ஒரு காரணம். உள்ளே நுழைந்ததும் அவளைத் தரிசித்துவிட்டுத்தான் மறுவேலையே.

உயரம் குறித்தான துயரம் அவனது மனம் முழுதும் வியாபித்துக்கொண்டு அவனைப் பெரும் சித்திரவதை செய்துகொண்டிருந்தது. தாழ்வுமனப்பான்மையின் சிகரத்தில் அமர்ந்துகொண்டு எதையோ வெறித்துக்கொண்டிருப்பான். என்னோடு சகஜமாய்ப் பேசுவதற்கு ஆறுமாத காலம் அவனுக்குத் தேவைப்பட்டது.

அன்றுதான் முதன்முதலாய் இருவரும் வெளியே கிளம்புகிறோம். எங்கே செல்கிறோம் என்ற தீர்மானமெல்லாம் இல்லவே இல்லை. முதலில் அவனுடன் வெளியே செல்லுவோம், பிறகு பேசிக்கொள்ளலாம் என வந்துவிட்ட பின், நான்தான் எங்கே போகலாமெனக் கேட்டேன். அபிராமி தியேட்டருக்குப் போகலாம் என்று அவன் கூறியதும், ஈரோடு செல்லும் டவுன் பஸ்ஸுக்காகக் காத்திருந்து, பஸ் வந்ததும் ஏறினோம். இருக்கை ஏதும் காலியில்லை. நின்றுகொண்டிருந்த நான் மேலே கம்பியைப் பிடித்துக்கொண்டதும், சிவா என் கைகளையே பார்த்தான். அவனது கையும் மேலே கம்பியைத் தொட முடியாததன் துயரம் அவனது மனதுள் ஓடிக்கொண்டிருப்பதை உணர்ந்த நான், அங்கிருந்து கையை எடுத்து, இருக்கையில் வளைந்திருக்கும் கம்பியைப் பிடித்ததும் சிவா என் கையைத் தொட்டான். அது வெறும் தீண்டலாக இல்லை. எதையோ உணர்த்துவதுபோன்ற குறிப்பு அந்த ஸ்பரிசத்தினூடாகச் செயல்பட்டது. என்னை அவனுக்கு இன்னும் பிடித்துப்போக, எங்களது நட்பு இன்னும் சற்று இறுகியது.

ஈரோடு பஸ் ஸ்டாண்டில் இறங்கிக் கொஞ்ச தூரம் நடந்ததும் தியேட்டர் வந்தது. போஸ்டரைப் பார்த்ததும் ஒரே அதிர்ச்சி. மலையாளப் படம் ஏ சான்றிதழோடு இருந்தது. சிவாவின் முகத்தைப் பார்த்தேன். என்னைப் பார்க்காததைப் போல வேறு எங்கோ பார்த்தான். எனக்கும் இது தவறு என்றெல்லாம் தோன்றவில்லை. பார்க்கும் ஆர்வம்தான் அதிகமாயிருந்தது. கூட்டம் நிறைய இருந்தது. வரிசையில் நின்றோம். பிறகு மெல்ல மெல்ல வரிசை ஊர்ந்தது. எங்களுக்குப் பின்னால் நின்றிருந்த

ஒருவன், எங்கள் காதுபடவே, “கொழந்தையெல்லாம் பாருடா பிட்டு படத்துக்கு வந்திருக்கு” என்று முணுமுணுப்பதைப் போலச் சற்று சத்தமாகவே பேசினான். சிவாவுக்குக் கோபம் வந்துவிட்டது. திரும்பி அவனைப் பார்த்ததும் அவன் முகத்தைத் திருப்பிக்கொண்டான். சிவா விடவில்லை. அவனது கையைத் தொட்டான். வழக்கமாய் இந்த இடத்தில் தோளைத்தான் தொடுவார்கள். சிவா என்பதால் கையைத் தொட்டான். அந்த ஆள் திரும்பிப் பார்த்ததும், “ஆளு எத்தாச்சோடு இருக்கான்னு பாக்காத. அது எத்தாச்சோடு இருக்குன்னு பாரு. பாக்குறியா, காட்டட்டுமா, ஏன் நீங்க மட்டுந்தான், இந்த மாதிரி படத்தப் பாக்கணுமா, குள்ளமா இருக்கறவன் பாக்கக் கூடாதா” என்று கோபப்பட்ட சிவாவை நான்தான் சமாதானப்படுத்தினேன். அவன் கோபப்பட்டதற்கு, ஈரோடு வந்திறங்கியதும் அருந்திய மதுவும் ஒரு காரணம்.

என்னையும் மது அருந்தச் சொல்லி வற்புறுத்தினான். நான்தான் உறுதியாக மறுத்துவிட்டேன். ஆனால் அந்த உறுதி அடுத்த பத்தாவது நாளே புஸ்ஸானது. அப்போதுதான் முதன்முதலாய் ஒரு மது விடுதிக்குள் நுழைகிறேன். வீட்டினுள்ளேயே அடைந்து கிடந்த அவனுக்கு இந்த ஊர் ஓரளவிற்குப் பழக்கமானதாகிவிட, அடிக்கடி வெளியே உலாவுவதும் என்னுடன் ஊர்சுற்றுவதும் பிடித்திருந்தது. ஊர்சுற்றுவதற்கு இன்னும் சவுகரியமாக, அவன் உயரத்திற்கேற்ப சைக்கிள் ஒன்று வாங்கினான். அவன் ஓட்டுவதும் நான் பின்னால் அமர்ந்து செல்வதும், நான் ஓட்ட அவன் அமர்ந்துவருவதென எங்களுக்குச் சிறகற்ற குறையை அது நிவர்த்தி செய்துகொண்டிருந்தது. அவன் மது அருந்துவது அவனது அம்மாவுக்குத் தெரியும்போலிருக்கிறது, அதனால்தான் அவன் மிக தைரியமாய், “சைக்கிளில் போய் வாங்கிக்கொண்டு வந்துவிடுவோம், என் அறையிலேயே வைத்துச் சாப்பிடலாம்” என்றான். எனக்குத்தான் அதில் உடன்பாடில்லை. வேண்டாம் கடைக்கே போவோம் என முடிவெடுத்தோம்.

“வீட்டிலேயே வெச்சி சாப்பிட்டிருக்கலாம், எல்லாரும் என்னையே பாக்கறாங்க” எனப் புலம்பியவன், முதல் சுற்று மது உள்ளே போனதும் அந்தச் சூழலோடு பொருந்திப்போனான். நான் மிகக் கவனமாய்த் தேநீர் குடிப்பதைப்போலக் குடித்துக் கொண்டிருக்கிறேன். அதன் சுவை எனக்கு அறவே பிடிக்க வில்லை, அதுவுமின்றி பிளாட்டாகிவிடக் கூடாதென்கிற முன்னெச்சரிக்கையும்கூட. ஒருமுழுபீரைக்காலிசெய்திருந்தவனின் கண்கள் கொஞ்சமாய்ச் சிவப்பேறத் தொடங்கியது. குடிவந்த முதல் மூன்று மாதங்களாய்ப் பேசாத சொற்களுக்கெல்லாம் வட்டிபோட்டுப் பேசத் தொடங்கினான்.

இந்த உடலை என்னால் எதிர்கொள்ளவே முடியவில்லை என்றான், எடுத்த எடுப்பில். புரியாமல் அவனைப் பார்த்தேன். உடலின் அந்தரங்கத் தேவை என் ஒவ்வொரு இரவிலும் உஷ்ணம் பாய்ச்சுகிறது. இரவுகளைக் கடக்கவே முடிவதில்லை. என் கனவுப் பிரதேசங்களில் திரியும் யுவதிகளின் வனப்பு என்னை உறங்கவிடுவதில்லை. என் அறைச் சுவரில் முலைபிதுங்க நிற்கும் யுவதி, ஏதாவதொரு இரவில் இறங்கி வந்து எனைத் தழுவுவாள் என ஏங்கி ஏங்கி ஏமாறுகிறேன். திருமணம் செய்துகொள்ளலாம் என்றும் நினைக்கிறேன். இந்தக் குள்ளனுக்கு யார் பெண் கொடுப்பார்கள். வளர்ச்சியடையாத இந்தக் குள்ள உடலில், உணர்ச்சிகள் மட்டும் ஏன் மழுங்கிப்போகாமல் காமத்தில் கூர்ப்பிக்கப்பட்டு, உயிரைக் குத்தி வதைக்கிறது. இது ஏதோ சர்வதேசப்பிரச்சினை இல்லைதான்; ஆனால் சர்வசாதாரணமாய்க் கடக்க முடியாத பிரச்சினையாய் இருக்கிறது. தென்படும் பெண்களையெல்லாம் கற்பனையில் புணர்ந்து புணர்ந்து நாசிக்குப் பிடிக்காத வீச்சத்தை உண்டுபண்ணும் அழுக்கு மனதில் அண்டிக் கிடக்கிறது என அவன் பேசப் பேச லேசான அழுகைக்குச் சென்றிருந்தான்.

என் தலைக்கு மேலே இருக்கும் ஏதோவொரு தடையை உடைத்தெறிய இயலாத இந்த உடலை நான் வெறுக்கிறேன். என்றவன் மேலும் நிறையப் பேசத் தொடங்கினான்.

சாலைவிளக்கின் வெளிச்சத்தில் நடக்கும்போது மிக நீளமாய் மண்ணில் விழும் அவனது நிழலை ரசிப்பான். அதற்காகவே இரவுநேர விளக்கொளியில் அதிகம் நடப்பான். மற்றவர்களைப் போலவே பேன்ட் தைப்பதற்கு 1.20மீ துணி எடுப்பான். என்னோடு பழகிய இந்தக் கொஞ்ச நாட்களில் சுயமைதுனம் செய்துகொள்வதுவரை நிறைய விஷயங்களைப் பகிர்ந்துகொண்டிருக்கிறான்.

எங்களை அபூர்வ நண்பர்கள் என்று எல்லோரும் குறிப்பிடுவதுண்டு. இத்தனை இருந்தும் அவனை நான் மறந்து போனதற்குக்காரணம்,திடீரென அவன் தொலைந்துபோனதுதான். திடீரென ஒருவனால் தொலைந்துவிடத்தான் முடியுமா என்றெல்லாம் நான் யோசித்ததுண்டு. ஆனால் சிவாவால் அது முடிந்திருக்கிறது. அவனது அப்பா மாரடைப்பில் இறந்துவிட்ட பிறகு, வீட்டில் பொருளாதாரப் பிரச்சினை தலைதூக்கியது. அவருக்கு வைத்தியம் செய்தது, அவர் இறந்ததற்குக் காரியம் செய்தது என நிறையவே கடன்பட்டிருந்தான். இதுநாள்வரை கடையில் அமர்வதும், வீட்டிலிலேயே இருப்பதுமெனப் பொழுதைக் கழித்தவனின் தலையில் பொருளீட்டல் என்ற

பெருஞ்சுமை விழுந்தது. அவனது அப்பா இருந்தவரை அவனுக்கு உயரம் குறித்தான பிரச்சினை மட்டுந்தான் இருந்தது. அவரது மறைவுக்குப் பிறகுதான் அவர் எதிர்கொண்டிருந்த பல சிக்கல்கள் அவனுக்குத் தெரிந்தன.

ஒருநாள் மாலை, சைக்கிளுக்கு டயர் மாற்ற வேண்டும், பிறகு தருகிறேன் என என்னிடம் அறுபது ரூபாய் வாங்கிக்கொண்டு சென்றவனையும் அவனது அம்மாவையும் மறுநாள் காலையிலிருந்து காணவில்லை. ஓரிரு நாட்கள் பொறுத்துப் பார்த்துவிட்டு, கடன் கொடுத்தவர்கள் வீட்டின் பூட்டை உடைத்துப் பார்க்க, விலை உயர்ந்ததாய் உள்ளே எந்தப் பொருளும் இல்லை. வீடே கலைந்திருந்தது. தரையில் இரைந்து கிடந்த சரோஜாதேவி புத்தகங்களைக் கடன் கொடுத்தவர்களில் ஒருவன் எட்டி மிதித்தான். பிறகுதான் என்னைத் தொந்தரவு செய்ய ஆரம்பித்தார்கள். அவனிருக்கும் இடம் எனக்குத் தெரியும் என நம்பிய அவர்கள், எத்தனையோ விதங்களில், தொனியில், அந்த ஒரே கேள்வியைக் கேட்டுக்கொண்டிருந்தார்கள். என் மறுப்பை அவர்கள் ஏற்பதாயில்லை. அப்போதுதான் சிவாமேல் எனக்கு வெறுப்பு உண்டானது. இத்தனை தூரம் பழகியும், எங்கே போகிறோம் எனச் சொல்லாமல் போய்விட்டானே, எனக்குத் தெரியும் என எல்லோரும் நம்பும்படியான நிலையை ஏற்படுத்திவிட்டானே. சொல்லிவிட்டுப் போனால் அப்படியா நான் எல்லோரிடமும் சொல்லிவிடுவேன். ஒருவேளை என்னிடம்கூடச் சொல்லுவதற்கான வலிமையும் மனோதிடமும் அவனிடம் இல்லாமல் போய்விட்டதா, தெரியவில்லை.

காலப்போக்கில் கொஞ்சங்கொஞ்சமாய் அவனை மறந்தே போயிருந்தபோதுதான், இன்று எப்படியெனத் தெரியவில்லை, அவனது ஞாபகம் வருவதற்கான எவ்விதமான சம்பவங்களும் நிகழ்ந்ததாய்த் தோன்றவில்லை. பள்ளி மாணவி ஒருத்தி சிறிய சைக்கிளை தள்ளிக்கொண்டே போவதைப் பார்த்தேன் அவ்வளவுதான். அதேபோன்ற சைக்கிளைத்தான் சிவாவும் வைத்திருந்தான். நினைத்தால் வியப்பாக இருக்கிறது. ஆனால் அடிமனதில் ஏதோவொரு மூலையில் தேங்கியிருந்த நினைவுகள் ஏதோவொன்றின் உந்துதலால் வெளிப்பட்டிருக்கின்றன. அப்போதிருந்த கோபம் இப்போது அவன்மேல் இல்லவேயில்லை. அவன் எங்கிருக்கிறான், எப்படியிருக்கிறான். திருமணமானதா என்றெல்லாம் தெரிந்துகொள்ள வெகு ஆர்வமாயிருந்ததால், அடுத்துவந்த விடுமுறை தினமொன்றில் ராசிபுரம் வந்து விசாரித்ததில் எவருக்குமே அவர்களைப் பற்றிய விவரங்கள் தெரியவில்லை. அவனது அடையாளமாய் உயரத்தைச் சொன்னது தெரியவந்தால், தேடி வந்ததற்கே கோபப்படுவான். பிறகு

நீண்டகாலமாய் அங்கே பெட்டிக்கடை வைத்திருக்கும் பெரியவர், நான் ஏன் விசாரிக்கிறேன் என ஏராளமான கேள்விகளையெல்லாம் கேட்டு முடித்துக் களைத்துப்போய், "அவன் ஏதோ சர்க்கஸ் கம்பெனியில் வேலைக்குச் சேர்ந்துட்டதா கேள்விப்பட்டேன்" என்றார்.

பொருத்தமில்லாத தொளதொள உடையணிந்து, முகமெங்கும் ரோஸ் நிறமோ அல்லது மஞ்சள் நிறமோ பூசிக்கொண்டு, மூக்கின் மேல் சிறிய பந்தொன்றை ஒட்டவைத்திருக்கும் கோமாளியாய் சிவாவை என்னால் கற்பனை செய்யவே முடியவில்லை. கோமாளிகளின் அங்க சேஷ்டையால் சிரித்து மகிழ்ந்து திரும்பும் யாரும் அவர்களது வாழ்வின் துயரை அறிய முற்படுவதில்லை. பெரிய பீரங்கியொன்றினுள்ளிருந்து குண்டென வலையில் வந்து விழுந்து எல்லோரையும் சிரிக்கவைப்பனவாகவும், கிடைக்கும் தனிமையில் அழுது தீர்ப்பவனாகவும் சிவாவின் சித்திரம் என் மனதில் நிற்கிறது.

361 டிகிரி (ஆடி - ஐப்பசி) 2011

3

நெசவாளர் குடியிருப்பு

சாவங்காட்டிக்கி சொந்தமா ஒரு குடிசவூடாச்சிம் கட்டிப்புடணும். பின்ன என்ன எத்தினிநாளுதான் வாடவவூட்ல இருந்துகிட்டு மாரடிக்கிறது. நெனச்சிக்கிட்டா போதும், வூட்டக் காலிப்பண்டிக் குடுத்துருங்கன்னு வாசல்ல வந்து ஒக்காந்துக்குரானவ. இந்த வெங்கடாசலங்காலினியாட்ட மோசம் எங்கியும் காண முடியாது.வூட்டப்பாத்துப்பேசிமுடிக்கறப்பவே ரெண்டு வருசத்துக்குத்தான்னு பேசிப்புடறானுவ. அதும்பொறவு வேறாளுக்கு உட்டாலும் உடுவாங்களாம், நமக்கே உட மாட்டானுவளாம். வாயிதா முடியங்காட்டியுமே அதயிதச் சொல்லி எழுப்புற ஆளுவளும் உண்டு. இத்தனிக்கும் ஒண்ணும் சகல சவுரியமும் நெறஞ்சதெல்லாங் கெடயாது. தண்ணி வசதி, டிச்சி வசதி, ரோடு வசதி, ரைட்டு வசதி, அட ஒரு கக்கூசு வசதி கூட கெடயாது. அதுக்கேதான் இத்தன கெராக்கி. செரி அப்பிடி வேறென்னதான் பெசாலிட்டியின்னு பாத்தம்னாக்கா தறி நெய்யற வூடு, அவ்ளோதான். தொழிலு செய்யலாம், அதுக்கேத்த மாரி, ரெண்டு தறித்திண்ண, எதுர்வல, மேல்வல, பேட்டுப் பொட்டி கட்றதுக்கு மூங்கிலுன்னு சவுகரியமாருக்கும். முந்தியெல்லாம் யாரும் தறித்திண்ண கட்ட மாட்டானுவ, தறிக்குழிதான். அதுல என்னா சிரமம்னு கேட்டிங்கன்னா, வூட்டுத் தரைய நாம பொழங்க முடியாது. பாவு நீட்டி நெய்யறதுக்குத்தான் செரியாப்போவும். தறித்திண்ண அப்பிடியில்ல, மேல்த்தறி கீழ்த்தறின்னு ரெண்டு

திண்ண கட்டனாலும் தரையிலருந்து மூணடி ஒசரத்துலதான் நீட்ன பாவு இருக்கும். தரையப் பொழங்கிக்கலாம்.

காலினியத் தவுத்து வேறப்பவுதியில இதுமேரி வூடு கெடக்கிறதுங்கறது அபூர்வம். இங்க மொத்தமா நானூத்தி இருவுது வூடுக. கைத்தறியும் போட்டுக்கலாம், கையில கொஞ்சம் ரொணமிருந்தா கரண்டுத் தறியும் போட்டுக்கலாம். தொகுப்பு வூடா கமிட்டிக்காரங்க கட்டிக்குடுத்துருக்காங்க. மாசமானா எரநூத்தி அறவத்தஞ்சி ரூவா டீவு போட்டறணும். இருவத்திநாலு வருஷங்கழிச்சி, உறுப்பினரு அவிங்கவிங்க பேருக்குக் கிரியம் பண்டிக் குடுப்பாங்களாம். இந்தக் காலினி கட்டறதுக்கு பிளான் போட்டப்பவே எம்பங்காளியூட்டு ஆளொருத்தன், பஸ் செலவு பண்டிட்டுவந்து, இது மேரி காலினியொன்னு கட்றானுவ, மும்பணம் ஆறாயிரம் ரூவா கட்டணும், அப்புறம் வூடு கட்டி வூட்டுச் சாவிய கையில குடுத்தப்பொறனாடி. மாசமானா டீவு போட்டுறணும். டீவெல்லாம் மூஞ்ச பொறனாடி நம்ப பேருக்குக் கிரியஞ்செஞ்சிப்புடுவானுவ. ஆறாயிரத்த ரெடிபண்டு. எந்தக் காலத்துல நாம்பல்லாம் சொந்தமா நெலம் வாங்கி வூட்டக் கட்டப்போறம்னு பொழுது பூறா பத்து ரூவா சம்பளத்துக்கு மில்லுல பஞ்சத் திங்கற எங்காதுல சொன்னப்ப, ஆறாயிரமான்னு நானு அனகோண்டாவாட்டம் வாயப்பொளந்ததுல ஓடியே பிட்டான். நமக்கும் என்னா நெனப்புன்னா தறி நெய்யற வூட்ட நாம என்னாப் பண்டறம், காலத்துக்கும் இப்பிடியே பஞ்சத் தின்னுப்புட்டுச் சாவலான்னு உட்டாச்சு, அப்பறம் அப்பறம் பாத்தாக்கா, இதே காலினியில வாடவைக்கி வந்து ஒக்காந்துகிட்டு, வருசம் ரெண்டு வூட்ட மாத்தணும்னு விதி. பேருக்குத்தான் நெசவாளர் காலினி. தறிக்காரனுவங்களுக்குத்தான் வூடுன்னு இல்லாம, டோக்கன் ரொம்புனாப் போதுமின்னு எல்லாத்துக்கும் போட்டுப்பிட்டாங்க. ஆபீசு வேல பாக்குறவனல்லாம் ரெண்டு வூடு மூணு வூடுன்னு புடிச்சிக்கிட்டு, தறியா நெய்யப்போறானுவ? வாடவைக்கி உட வேண்டியதுதான், நெனச்சிக்கிட்டா எந்திரின்னு சொல்லிப்பிட வேண்டியதுதான். அவுனுவளுக்கு எங்க தெரியிது தறிக்காரம் பாடு.

மொதமொதல்ல இந்தக் காலினி கட்டனப்ப கமிட்டிக்காரனுவ தறித்திண்ண ஏதும் கட்டித்தரல. வேணுமின்னா உறுப்பினருங்கதான் கட்டிக்கோணும்னு சொல்லிப்பிட்டாங்க. நாங்குடி வரலாண்டு புரோக்கரப்புடிச்சி அட்டுவான்சு வாடவன்னுப் பேசி, நூத்திஎம்பத்திரெண்டாம் நெம்பர் வூட்டப் போயிப் பாத்தாக்கா, புது வூடு, கதவில்லாம, கரண்டுரைனு இழுக்காம, தறித் திண்ணயில்லாம முண்டச்சியாட்டம் கெடக்குது. இதாவறதுல்லன்னு புரோக்கர வேற வூடு காட்டுய்யா, அதான்

நான்னூத்தி இருவது வூடு இருக்குல்ல, எல்லாத்திலியும் வூட்டு உறுப்பினரேவா குடிவந்துரப்போறாகன்னு கேட்டாக்கா, அல்லாவூடும் புதுவாட்டாதானிருக்கு, வேற வூடு பாத்தாலும் அதுலயும் தறித்திண்ண கெடயாது, இந்த வூட்டையே புடிச்சிக்கோ, வூட்டுக்காரங்கிட்ட தறித்திண்ண கட்டிக்குடுத்தாத்தான் ஆளுவ வாடவைக்கி வருவானுவன்னு சொல்லிடறேன்னுட்டு, அவன் போனதும், மக்கியாநாளே, கொத்துக்காரனுவ வந்து வேலை தொடங்கி பொழுதுக்குள்றயே எதுத்தெதுத்தாப்ல ரெண்டு தறித்திண்ணயையும் கட்டிக்குடுத்துட்டுப் போயிட்டானுவ.

அப்புறம் நாலஞ்சி நாளு கழிச்சி திண்ண காஞ்சதும், அளவு பாத்து, கை காட்டிய நட்டு, எதுர்வல, மேல்வல, எல்லாத்தியும் நட்டு, ஒழுங்குபண்டி, அல்லுப்புடிச்சி, தறிநீட்டி சிங்காரிச்சி, வாட்டுப்போட்டு, வேட்டியறுக்கங்காட்டி மாசமொண்ணுக்கு மேலாயிப்போச்சி. வாடவைக்கி வந்து நிக்கறான் மவராசன். இப்பத்தான் குதுர்பாட்டுப்பட்டு, வாட்டுஉழுவுவது, இந்த மாசத்த கணக்குல சேக்காதன்னு சொல்லி, ஒத்துக்கவக்கிறதுக்குள்ள போதும் போதுமின்னு ஆயிப்போச்சி.

தண்ணி வசதி சுத்தமாக் கெடயாது. மழையில்லாம வெள்ளாம செஞ்ச எடத்த காட்டுக்காரன் வித்துப்போட்டுப் போயிட்டான், அந்த எடத்துல இத்தினி வூட்டக்கட்டிப்புட்டாக்கா தாவத்துக்கென்னா, சூத்துக் கழுவக்கூடத் தண்ணியிருக்காது. சைக்கிள்ள நவ்வாலு கொடமாப் போட்டுக்கிட்டு கவுன்சிலரு வூட்டுல போயி புடிச்சாந்து ஏதோ பொழப்பு ஓடுது. அப்பத்தான் தீந்ததுடாப்பா தண்ணிப்பாடுன்னு நெனக்கறமாரி, வூட்டுக்கு எதுத்தாப்பிலியே போரு போட ஏற்பாடு செஞ்சானுவ. அதுவும் பெரும்புள்ளிக எல்லாம் அவவனுவ வூட்டு முன்னாடி போடப்பாத்தானுவ. தண்ணியிருக்கற எடத்தத்தானே கருவி காட்டும், அவத்ததானே போடணும்.

அதெப்பிடி இந்த சுத்துவட்டாரத்துல தண்ணி வசதியே இல்லாமப் போச்சின்னு, பொழுதானா செத்த ஒக்காந்து அக்கம்பக்கத்து வூட்டுக்காரனுவளோட பேசிக்குவம். ஒருகாலத்துல ஏகபோகமா வெள்ளாம செஞ்ச எடந்தானாம். தண்ணி வசதின்னு பாத்தாக்கா, நடுக்காட்டுல ஒரு கெணறு, அதுல எப்பயிம் தண்ணி வத்தவே வத்தாதாம். அப்பறம் காட்டுக்கு ஒதுக்குப்புறமா ஒரு குட்டை, அதும்போவ அப்பப்ப பெய்யற மழையின்னு இருந்த காடுதானாம். இப்ப என்னாடான்னா, அந்த வத்தாத கெணறு, பெரிய குப்பத்தொட்டியா கொஞ்ச காலங்கெடந்து, இப்ப அத மொரம்புப்போட்டு ரொப்பி அதுமேல மாரியாத்தாவுக்குக் கோயிலக் கட்டிப்புட்டானுவ.

எக்கச்சக்கமான அல்லிப்பூவெல்லாம் பூத்து பாக்கறதுக்கே ரொம்ப அழகா இருக்குமின்னு சொன்ன அந்த குட்டை சாக்கடத் தண்ணியாட்டம் கெடக்குது. அந்தக் குட்டையத் தாண்டித்தான் சுடுகாடு. யாராச்சும் மண்டயப் போட்டுட்டா பொணத்தக் கொண்டுபோயி குட்டையில எறங்கி ஏறி அந்தப் பக்கம் போயி அடக்கம் பண்டறதுக்குள்ற இருக்கறவனுக்கெல்லாம் உசுரு போயிடும்.

இந்த வூருக்கு அல்லிக்குட்டையின்னு பேரு வந்ததே இந்தக் குட்டையாலதானாம். ஆனா இன்னிக்கி அதுல யாரும் சூத்துக் கழுவறதுக்குக்கூட வர மாட்டானுவ.பேருக்குத்தான் வெங்கடாசலங் காலினி, ஆனா அப்பிடி சொன்னாக்கா ஆருக்கும் சடீர்னு தெரியாது. அல்லிக்குட்டக் காலினி, சுடுகாட்டுக் காலினியின்னாத்தான் தெரியும்.

செரி, தண்ணி பஞ்சத்துக்குத்தான் ஒரு முடிவு பண்ணிப் புட்டானுவன்னு நெனச்சி, நிம்மதியா நாலு மூச்சு இழுத்து உடறதுக்குள்ள வூட்டக் காலிப் பண்டிக்குடுத்துருன்னு வந்து நிக்கறான் வூட்டுக்கார செனப்பண்ணி. அப்பிடியில்லாம் பண்டிக்குடுத்துற முடியாது, எத்தினி சிரமப்பட்டு தறி சாமானெல்லாம் நட்டு ஒழுங்குப்பண்டி, இப்பத்தான் நாலு நெசுவு அறுத்திருக்கு. அதுக்காட்டி காலிபண்டுன்னா என்னா அர்த்தம்னு வாக்குவாதம் செஞ்சதுல, செரி இன்னும் ஒரு வருசத்துக்கு நீயே இருந்துக்கோ, வாடவ சேத்திக் குடுத்துருன்னுட்டான். ஒத்துக்க வேண்டியதாப்போச்சி. அதுக்கப்புறம் வருசம் ஒரு வூடு, ஒன்றரை வருசத்துக்கு ஒரு வூடுன்னு, இந்தக் குட்டைக்கி வந்த பத்து வருசத்துல இந்த நூத்திப்பத்தொம்பதாம் நெம்பர் வூடு, ஏழாவது வூடு.

வூடெல்லாம் கட்டி முடிச்சி, டோக்கன் போட்ட உறுப்பினருங்களுக்குக் கையிக்கி சாவி வந்ததுமே, இந்தாண்ட வூட்ட விக்கறதுக்கும் பலர் ஆரம்பிச்சிட்டானுவ. ஆறாயிரம் மும்பணம் கட்டி, சாவி கைக்கி வந்ததுமே பாஞ்சாயிரத்துக்கு நாலஞ்சி வூடு வித்து முடிஞ்சிருக்கு. அமுட்டுக் காசுக்கு நாமெங்கபோறது? செரின்னு வாயக்கட்டி வவுத்தக்கட்டி மூச்சு உடக்கூட நேரமில்லாம தறித்திண்ணயிலயே பலியாக் கெடந்து நெச்சித்தள்ளி, வருசங்காட்டிக்கி சிறுகச் சிறுகப் பாஞ்சாயிரத்த ஒழுங்குபண்ணவாட்டி பாத்தாக்கா, வூடு இருவத்தஞ்சாயிரமுன்னுட்டாங்க. வாடவைக்கி இருந்துக்கிட்டு, வூட்ட மாத்திக்கிட்டேயிருந்தாலும், சொந்த வூடு ஒண்ணு வாங்கலான்னு முயற்சி பண்டிக்கிட்டேதானிருக்கேன். இன்னும் எமுட்டுக் காலந்தான் இப்பிடியே இருக்கறதுங்கற

நெனப்பு இப்பருந்து இல்ல, மொதவாட்டி வூட்டக் காலிபண்டி சட்டிப்பானைய தூக்கியாந்தபோதிருந்தே இருந்துக்கிட்டிருக்கு. பதனோரு வருசம் ஓடிப் போயிருச்சி, இன்னும் வூடு ஒண்ண ஒழுங்குப்பண்ட முடியில. கஞ்சம்புடிச்சவன், நல்லது கெட்டது ஒண்ணுன்னா வர்றானா? காசுன்னா, பீய்யக்கூடதிம்பான் போலருக்குன்னு, சொந்தபந்தத்துல பட்டப்பேரு வாங்கனதுதான் மிச்சம்.

நெசுவுக்குக் கூலி ஏறுதோ இல்லியோ, வூட்டுக்கு வெல மட்டும் வெசங்கணக்கா ஏறி, இப்ப என்னடான்னா ரெண்டரை லட்சத்துல வந்து நிக்கிது. இதெல்லாம் ஒரு பக்கம் கெடக்க, இதே மாதிரி நாங்களும் ஒரு காலினிய உருவாக்கறமுன்னுட்டு ஒரு கூட்டம் கௌம்புச்சி. கேட்டாக்கா சேவைம்பானுவ. அதெல்லாம் ஒரு மசுரும் கெடயாது. இந்த அல்லிக்குட்டக் காலினிய கட்டிக்குடுத்ததுலயே கமிட்டிக்காரனுவல்லாம், ஆளாளுக்கு நாலு வூட்ட மெயினான எடமாப்பாத்து ஓசுலயே வளச்சிப் போட்டுக்கிட்டானுவ. அதனால செரி, நாம்பளும் ஒரு காலினிய உருவாக்கி அதுல ஆளாளுக்குப் பத்து வூடு எடுத்துக்குவம்னு திட்டம்போட்டு தொடங்கியிருக்கானுவ. தொடங்கறப்பவே சுருட்டறதுக்கும் பொறுக்கித் திங்கறதுக்கும், திட்டம்போட்டா அந்த வேல உருப்பிடியா ஆவும்?

உறுப்பினருங்க ஒவ்வொருத்தரும், பத்து மாசத்துக்குள்ற பத்தாயிரம் ரூவா கட்டணும். எடம் பாத்துக்கிட்டிருக்கோம். நீங்கள்லாரும் ஒத்துழைச்சாக்கா இன்னம் ரெண்டே வருசத்துல காலினிய கட்டிப்புடலாம். ரோனு குடுக்கறதுக்கும் பேங்க்காரங்க தயாரா இருக்கானுவன்னு நல்லாவே முடுக்கி உட்டானுவ. நம்பளுக்கோசரமே இந்தமாரி இன்னொரு காலினிய கட்டறானுவடோய்ங்கற சந்தோசத்துல, கையிலருந்த கொஞ்சநஞ்ச காசப் போட்டு, பத்தாத்துக்கு கடன் வாங்கி, கம்மள அடகு வச்சி, அதெதுக்குங்க பத்து மாசம், இப்பியே நாம்பணம் கட்டறன்னு, ஒத்துழைப்பு நல்லாவே காட்டனதுக்குக் குனியவச்சிக் குத்தாதது ஒண்ணுதாங் கொற. வசூலுப்பண்டி வருசம் நாலாயியும் காலினி கட்ற பாட்டக்காணம். என்னடான்னு பாத்தாக்கா வசூலுப் பண்டன காசெல்லாம் அவனுவ வூட்டுக்குத் தேவையான கலர் டிவி, வாசிங்கி மிசுனு, இன்னும் என்னென்னமோ, பேருகூட வாயிலப் பூத மாட்டங்குது, பொருள்களா மாறனதுபோவ, கூத்தியாளுக்கு நக செஞ்சிப் போட்டதுவரைக்குமே, எங்களோட காசுன்னு தெரியவர, உறுப்பினருங்கள்லாம் ஒண்ணாச் சேந்து கமிட்டித் தலைவரு கண்ணாடிக்காரன் வூட்டு முன்னாடி ஒக்காந்துக்கிட்டோம். விசியம் பெருசாயி, கேசாயிடுச்சி. அப்பறந்தான் புடிச்சது சனி.

ரெண்டு வருசமா கேசு நடந்ததுல, இப்பவா, இன்ன தேதிக்கு வான்னு, நம்பள நெசுவு நெச்சி கஞ்சி குடிக்க முடியாதமாரி பண்டிப்புட்டு, ஏதோ இன்னிக்கித்தான் திடீர்னு மாரியாத்தா கண்ணு தொறந்தகணக்கா, அல்லாரும் வாங்க, அவிங்கவிங்க கட்டுன தொகையில பாதிய வாங்கிக்கிட்டு, முழுசா வாங்கனதா கையெழுத்துப் போட்டுட்டு போங்கன்னு, ஆளுங்கள வச்சி மெரட்டி, இங்க கூட்டியாந்திருக்கானுவ.

நானும் செய்யற வேலைய உட்டுப்புட்டுச் செனை யாட்டுக்கு மசுரு புடுங்கற கணக்கா, இந்தா வாங்கிக்கோ வாங்கிக்கோன்ட்டு முள்ளங்கிப்பத்தையாட்டம் பத்தாயிரத்த தூக்கிக் குடுத்துட்டு, நாலு வருசங் கழிச்சவாட்டி அதுல பாதியாச்சும் குடுறாப்பான்னுட்டு, அல்லிக்குட்டையிலிருந்து லொங்குலொங்குன்னு வந்து, கொண்டாலாம்பட்டி குற்றவியிலு கோர்ட்டுல இந்த மொண்டிக்கால வச்சிக்கிட்டு ஒக்காந்திருக்கேன்.

புதிய கோடாங்கி, ஏப்ரல் 2009

4

காணமற்போன கிளிகள்

கிளிகள் மிக அழகானவை. அவை சிறகமிழ்த்துப் பறக்கும்போது மேலும் அழகணிந்துகொள்கின்றன. நூறு கிளிகள் ஒரே சமயத்தில் சொல்லிவைத்தாற்போல் பறப்பதை நீங்கள் சினிமாவிலோ கனவிலோ அல்லது ஓவியத்திலோ கண்டிருக்கலாம். அதுவும் ஒருமுறையோ, ஒரு தினத்திலோ பார்த்திருக்கக்கூடும். ஆனால் அப்படியொரு அரிய காட்சியைத் தினமும் பார்த்துக்கொண்டிருந்தேன் என்று நினைக்கும்போது மனதிற்குள் பெருமகிழ்வு சூழ்கிறது. அந்தக் காட்சியைத் திரும்பத் திரும்ப ஓட்டிப்பார்க்க விரும்புகிறது மனது. அந்தக் காட்சிக்குப் பின்னணி இசையாய் அதே பழைய ஒலி காலங்கடந்தும் தனது வினோதத்தன்மையை உதிர்த்துவிடாமல் இன்னமும் தொடர்கிறது.

பால்ய காலத்தில் பார்த்த அக்காட்சி மனஅடுக்குகளில் நிரந்தரமாய்த் தங்கிவிடுவதற்கான வலுவை அது எங்கே பெற்றிருக்கும் என வியப்பா யிருக்கிறது. அதன் ஒட்டுமொத்தச் சிறகடிப்பின் ஓசைகளும் இனியெப்போதும் எங்களை உனக்குக் காண்பிக்க மாட்டோம் என்ற சொற்களைத்தான் இறகென உதிர்த்துப்போகின்றனவென்பதை உணராமல், அதை காமிக்ஸ் புத்தகத்தினுள் பத்திரப் படுத்தினேன். இந்த நகர வாழ்வும், அவசரமாய்ச் சுழலும் உலகும்தான் அதை உணரவைத்து, பத்திரப்படுத்தியிருந்த அந்த இறகினை மேலும் மேலும் கற்பனையில் மிதக்கவிட்டு அதைக் கிளிதான் என என்னிடம் காண்பிக்கிறது.

நகரத்துத் தெருக்களில் நெல்மணிக்காகக் கூண்டி னுள்ளிருந்து வெளிப்பட்டு, மீண்டும் உள்ளேயே சென்று விடும் ஒரு சில கிளிகளைப் பார்த்தாலும், உயிரியியல் பூங்காவில் வலைக்கூண்டுக்குள் கொய்யா கொறிக்கும் சில கிளிகளைப்பார்த்தாலும். அருங்காட்சியகத்தில் பார்வைக்கெனப் பதப்படுத்தி வைக்கப்பட்டிருக்கும் உறைந்த விழிகளுடைய கிளியைப் பார்த்தாலும், கயிற்றாலான முடிவில்லாப் பாதையைச் சிறகிருந்தும் மிதிவண்டியில் கடக்கும் சர்க்கஸ் கிளிகளைப் பார்த்தாலும், மதுரை மீனாட்சியிடம் இருக்கும் கிளியைப் பார்த்தாலும் பால்யத்தில் நான் பார்த்த கிளிகளைப் போல் எவையும் இல்லை. என் கிளிகள் சுதந்திரமாவை. வானத்தில் எல்லைகளை வரையறுக்காதவை. எந்த உயரதிகாரப் பருந்திடமும் மண்டியிடாதவை. இலையுதிர்காலத்து அரச மரத்தில் அமர்ந்துகொண்டு மரத்தை உயிர்ப்பிப்பவை.

எப்போதும் என்னை அம்மாதான் எழுப்புவாள். அவள் எழுப்புவதை வெறுமனே எழுப்பினாள் என்று மட்டுமே கூறிவிட முடியாது. அதில் அத்தனை பரிவும் கருணையும் ததும்பியிருக்கும். அப்பா எப்போதாவது ஓரிரு நாளில்தான் எழுப்புவார். அம்மா எழுப்புவதற்கும், அவர் எழுப்புவதற்கும் ஆயிரம் வித்தியாசங்களை என்னால் பட்டியலிட முடியும். நன்றாக எழுப்பக்கூடத் தெரியவில்லையே என்ன மனிதர் இவரெனத் தற்போது யோசிக்கிறேன். ஏதேனுமொரு வினோதமான கனவு வந்து என்னை அச்சுறுத்தும் நாட்களிலெல்லாம் அவர்தான் எழுப்பியிருக்கிறார். அதேபோல அன்றும் அவர்தான் என்னை எழுப்பினார். ஒருமுறை எழுப்பினாலே தூக்கத்தை உதறிவிட்டுத் துள்ளியெழ வேண்டும். இன்னும் கொஞ்சம் தூங்க முற்பட்டுப் புரண்டு படுத்தால், படுக்கையிலேயே குளிப்பாட்டிவிடுவார்.

அன்று அவர் எழுப்பும்போதே அந்தச் சத்தத்தை உணர்ந்தேன். நாராசமான ஒலியை உற்பத்திசெய்துகொண்டே, சூனியக்காரக் கிழவனைப்போல வித்தியாசமான தோற்றத்தில், வளைந்த கால்களுடைய ஒருவன் கையில் வைத்திருந்த தகரத்தைத் தட்டிக்கொண்டே தொலைவிலிருந்து வந்து கொண்டிருந்தான்.

இரவில் தூங்கப்போகும் முன்பு சிறுநீர் கழித்துவிட்டுப் படுத்தால் அப்புறம் காலையில்தான். நள்ளிரவில் அதற்கென எழும் பழக்கமெல்லாம் கிடையாது. காலையில் எழுந்து சாக்கடையோரம் போய் பம்புசெட்டைத் திறந்துவிட்டால், அதுபாட்டுக்கு ஓடும். நின்றுகொண்டே தூங்குகிறேனா என்று அப்பா சோதிப்பதுமுண்டு. நாங்கள் வசித்த வீட்டுக்கருகில்

சுற்றிலும் காடுதான். எதிர்புறம் நெல்லும் பக்கவாட்டில் சோளமும் பயிரிட்டிருந்தனர். சோளம் அறுவடைக்குத் தயாராகிக்கொண்டிருக்கும்போதே, அதைத் தின்னுவதற்குக் கிளிக் கூட்டமும் தயாராகிவிட்டிருந்தது. காலை நேரத்திலேயே இரைதேடிச் சோளக்காட்டை ஆக்கிரமித்துவிடும் கிளிகளை விரட்டும் பொருட்டு நியமிக்கப்பட்டிருக்கும் மேல்சட்டையற்ற அவரது வயிறும் உள்ளொடுங்கித்தான் இருந்தது.

காலையும் மாலையும் சோளம் தின்ன வரும் கிளிகளை விரட்ட வேண்டும். அதற்காகத்தான் அந்தத் தகரத்தைத் தட்டிக்கொண்டே வருகிறார். வரும்போது தட்டிக்கொண்டே வந்தவர் சற்று நேரம் நிறுத்திவிட்டுச் சோளக்காட்டின் மையத்தைச் சமீபித்து வேகமாய் இரண்டு தட்டுத் தட்டியதும், அதிலிருந்து புறப்பட்ட ஒலி அத்தனை கிளிகளுக்கும் பறப்பதற்கான கட்டளையை இட, ஒட்டுமொத்தமாய் அத்தனை கிளிகளும் பறப்பதைப் பார்த்ததும், ஓடிக்கொண்டிருந்த பம்புசெட்டே நின்றுவிட்டது. தூக்கக் கலக்கமும் சென்றுவிட்டது. அன்றைய தினம் முழுவதும் காணும் எல்லோரிடமும் வாய்வலிக்கச் சொல்லிச் சொல்லி, ஓய்வில்லாமல் அவற்றைப் பறக்கவைத்தேன்.

அடுத்த நாள் யாரும் எழுப்பாமலேயே நானே சுயமாய் முயன்று, தூக்கத்தினுள்ளிருந்த என்னை வெளியே எடுத்துப் போட்டுக்கொண்டேன். ஒருசேரப் பறக்கும் கிளிக்கூட்டங்களைப் பார்க்கப் பார்க்க, நமக்கொரு சிறகில்லையே என்றதொரு பெரு ஏக்கம் முளைவிடும். அடுத்து வந்த என் பத்துப் பதினைந்து தினங்களும் பச்சை நிறங்களாலேயே புலர்ந்தன. ஒலியெழுப்பிக் கிளி விரட்டுபவர், ஒவ்வொரு தினமும் ஒவ்வொன்றை எடுத்து வந்தார். முதல் நாள் சதுரமான தகரம். அடுத்த நாள் பழைய பிளாஸ்டிக் குடம். மூன்றாம் நாள் முகம் நெளிந்த அலுமினியக் குண்டா என மாற்றி மாற்றிக் கொண்டுவந்து, தட்டித் தட்டிச் சத்தத்தை உற்பத்தி செய்துகொண்டேயிருந்தார். அவர் எதனை கொண்டுவந்து தட்டினாலும் அதில் அரூபமாய் அவரது வயிறு வரையப்பட்டிருந்தது.

அறுவடைக்கு முன்பாக ஏதாவது ஒரு தினத்தில், அவர் வருவதற்குள், சோளக்காட்டின் நடுவில் இருக்கும் பொம்மைக்குப் பின்புறமாய் ஒளிந்துகொண்டு, அதைப் போலவே கைகளை விரித்தபடி நின்றுகொண்டால், அவர் வந்து சத்தமிட்டதும் பறக்கும் கிளிகளைப் போலவே, நமக்கும் பறக்கும் வல்லமை வந்தாலும் வரலாம் என்றொரு கற்பனை எனக்குள் இருந்தது.

அத்தனை கிளிகளையும் பறக்கவைக்கும் சக்தி படைத்த அச்சத்தம் நம்மையும் ஒரு பத்தடி தூரமேனும் பறக்கவைக்காதா

என்ன என்று என்னை நானே கேட்டுக்கொண்டாலும், விடிந்தும் விடியாத அந்த நேரத்தில் சர்ப்பங்கள் ஊரும் அக்காட்டிற்குள் செல்ல வேண்டுமே என நினைக்கும்பதே பம்புசெட் ஓடத் தொடங்கிவிடும். அறுவடைக் காலம் முடிவதற்குள் பக்கத்து ஊரிலிருக்கும் அத்தை பெண்ணிடம் தகவல் சொல்லி, எப்படியாவது அந்தக் காட்சியை அவளும் பத்திரப்படுத்திப் பரவசப்படும்படி செய்ய வேண்டும் எனவும் நானளிக்கும் மிக உயர்ந்த பரிசாய்க் காலத்திற்கும் அது இருக்க வேண்டும் எனவும் நினைத்தேன்.

பிறகொரு தினத்தில் திருவிழாவுக்கு வந்திருந்தபோது அவளிடம் சொல்லிக் கிளிகள் பறந்த இடத்தைக் காட்டினேன். வெறும் வானத்தைப் பார்த்துக் கிளிகள் பறப்பதாய் அவள் கற்பனை செய்வதாய்ப்பட்டது எனக்கு. அந்தக் கிளிக்கூட்டத்தோடு அவளுடன் கைகோத்து நாங்களிருவரும் பறப்பதைப் போல நான் கற்பனை செய்தேன். திருவிழா முடிந்து ஓரிரு மாதத்திலேயே அப்பாவுக்கு வேலை மாற்றல் ஏற்பட்டதால் அந்த ஊரிலிருந்து வெளியேறி இங்கே வர நேர்ந்தது.

இருபது வருடங்களாகிவிட்டன. பால்யகால நண்பர்களில் தேவராஜ் மட்டும் இன்னமும் தொடர்பில் இருக்கிறான். தொடர்ந்து கடிதம் எழுதுவான். நேரிலும் சிலமுறை வந்து போயிருக்கிறான். என்னை ஊருக்கு வரச்சொல்லித் தொடர்ந்து வற்புறுத்திக்கொண்டேயிருந்தான். நானும் அதோ இதோவெனப் போக்குக் காட்டிக்கொண்டேயிருந்தாலும், இன்றுதான் அதற்கான சூழல் வாய்த்திருக்கிறது. நாளைக்கு அங்கே திருவிழா. அதனால் கம்பெனியில் சில பொய்கள் தூவப்பட்ட விடுமுறைக் கடிதமளித்துவிட்டுப் பேருந்து ஏறிவிட்டேன். இந்தப் பேருந்திலேறி ஜன்னலோர இருக்கையில் ஆயாசமாய் அமர்ந்து தலை நிமிர்ந்தால், ஓட்டுநர் இருக்கைக்குப் பக்கத்தில் பறப்பதுபோலான ஒரு கிளி தொங்கியபடி அசைந்துகொண்டிருந்தது.

ஊரைப் பற்றியும் கிளிக்கூட்டம் சிறகடித்த நினைவுகள் குறித்தும் அசை போட்டுக்கொண்டே வந்ததில் பயணக் களைப்பே தெரியவில்லை. இன்னும் பத்து நிமிடங்களில் எனதான நிறுத்தம் வந்துவிடும் என்பதால் இறங்குவதற்கு ஆயத்தமாகிறேன். எதிர் இருக்கையில் எனக்கு மிகப் பிடித்த தாமரை மலரைச் சூடியிருந்த அந்த யுவதியும் இறங்கத் தயாராகி எனதான நிறுத்தத்திலேயே இறங்கினாள். மனது ஏனோ இனம்புரியா மகிழ்வில் மூழ்கியது. பின்பு அவளொரு திசையிலும் நான் அவளுக்கெதிர் திசையிலுமாய்ப் பிரிந்தோம்.

ஊர் பழைய அடையாளங்களை உதிர்த்துவிட்டுத் தற்காலத்தை உடுத்திக்கொண்டிருந்து. பேருந்து நிறுத்தத்தில் இருந்த ஆலமரம் காணாமல்போய் அங்கொரு செல்போன் டவர் வளர்ந்திருந்தது. நண்பனைக் கைபேசியில் அழைத்து, வந்துவிட்டதைச் சொல்லலாம் என நினைத்தேன். பிறகு அவனை ஏன் தொந்தரவு செய்ய வேண்டும் என்று அப்படியே நிதானமாய் நடந்தேன். காலத்தால் புதிய திரை போடப்பட்டிருக்கும் இந்த ஊரின் பழைய முகத்தை, மனதுக்குள்ளாகவே திரை விலக்கித் திரை விலக்கி, இந்தக் கட்டிடம் இருந்த இடத்தில் முன்பு என்ன இருந்தது, இந்த பேக்கரி எப்போது வைத்திருப்பார்கள் என்று கேள்விகளின் பின்புறமாய் நடந்துகொண்டேயிருந்தேன்.

வளர்ந்தவர்களின் செருப்பணிந்து நடக்கும் குழந்தையாய், எனது பால்ய காலத்திற்குள் நடப்பதாகவே பட்டதெனக்கு. அப்படியே நடந்து நாங்கள் முன்பிருந்த இடத்தை அடைந்தேன். எண்ணற்ற கிளிகள் இரையுண்டு பறந்த சோளக்காடு வீட்டு மனைகளாய்ப் பிரித்துப் போடப்பட்டு, அதில் ஒருசில வீடுகளும் முளைத்திருந்தன.

அதில் ஒரு வீட்டின் முன்பு கூண்டில் தொங்கவிடப் பட்டிருந்த கிளிக்குச் சிறுமி ஒருத்தி கொய்யாக்கனியைப் பிட்டுப் போடுவது தெரிகிறது.

கல்கி, 25.9.2011

5

நண்டுகள் விற்பவன்

நேற்று மதியத்திலிருந்து இருள் சூழும்வரை வாய்க்காலிலும் அதையொட்டிய வங்குகளிலும் நிறைய நண்டுகளைப் பிடித்திருந்தார் அவர். நண்டுபிடித்து விற்பதுதான் அவருக்குப் பிரதான தொழில் என்பதில்லை. காட்டுவேலை, பந்தல்போடுவது, கட்டட வேலை, செங்கல் சூளையில் கல் அடுக்குவது என அத்தனை வேலைகளும் அவருக்கு அத்துப்படி. எங்கும் எந்த வேலையும் இல்லாத நாட்களில் கயிற்றுக் கட்டிலின் கட்டங்கட்டமான அச்சு முதுகில் ஆழப் பதிவதுபோலப் படுத்தே கிடப்பார்.

கடந்த பதினைந்து இருபது நாட்களாகவே இளையவள் கொத்து பரோட்டா வேண்டுமென அழிச்சாட்டியம் செய்துகொண்டிருக்கிறாள். மற்ற இரண்டைப் போல தேக்சாவில் இருக்கும் கம்மஞ்சோற்றிலோ ஆரியக்களியிலோ பீத்த ரேஷன் அரிசியிலோ எல்லாம் அடங்காத, ஒனத்தியாய்க் கேட்கும் நாக்கு அவளுக்கிருந்தது. அக்கம்பக்கம் வீடுகளில் யாரோவொருவர் அவளுக்கு ஒருவாய் கொத்து பரோட்டா கொடுத்ததிலிருந்து, கொத்து பரோட்டாப் பைத்தியமாகவே மாறிவிட்டிருந்தாள். அவரும் கூலிப்பணத்தை உள்ளங்கையில் வைத்து இறுக்கி இறுக்கிப் பிடித்துப்பார்த்தார், ஒத்த ரூபாய்கூட கையில் தங்காமலேயே போய்க்கொண்டிருந்தது. நேற்றுக் காலையிலேயே வேலைக்கெனக் கிளம்பியவர் எந்த வேலையும்

இல்லாததால் பதினோரு மணிவாக்கில் வீட்டிற்கே வந்துவிட்டார். கட்டட மேஸ்திரி ஒருவர், “ரெண்டு நாள் கழிச்சு வாப்பா” என்று கூறியிருந்தார்.

முற்றத்து மரத்தடியில் கயிற்றுக் கட்டிலை எடுத்துப்போட்டு உடலைக் கட்டிலில் எறிந்தார். தூக்கம் வரவில்லை. வெறுமனே ஏதேதோ சிந்தித்தவாறு மல்லாந்து கிடந்தார். சூரியனின் சிறு சிறு துணுக்குகள் அவரது கருத்த உடலில் பட்டு மிளிர்ந்தன. யதேச்சையாகத்தான் மேலே பார்த்தார். காகமொன்று கூடு கட்டியிருந்தது. அக்கூட்டிலிருந்த இன்னமும் பறக்கத் தெரியாத குஞ்சுக் காக்கைக்கு, அதன் தாய்க் காக்கை எங்கெங்கோ தேடியலைந்து, கவ்வி வந்திருந்த உணவை அதற்குத் தின்னக் கொடுத்ததை, சிவந்திருந்த அதன் வாயின் உட்புறம் தெரியுமளவுக்கு மிகத் துல்லியமாய்ப் பார்த்துவிட்ட பிறகு, அவரால் கட்டிலில் இருக்க முடியவில்லை. அந்தக் கட்டில் அவருக்குப் பாடையைப் போல் தோன்றியது. விலுக்கென எழுந்தார்.

வாய்க்காலுக்குச் சென்று நண்டு பிடித்துக் கொண்டுவந்து விற்போம், நாளைக்கு ஞாயிற்றுக்கிழமைதானே நாலுகாசு கிடைக்கட்டுமெனக் கிளம்பினார். பிள்ளைகள் இரண்டும் விளையாடப்போயிருந்தன. இளையவள் மட்டும் அவர் எங்கோ கிளம்புவதை யூகித்து அவருடன் வந்து ஒட்டிக்கொண்டாள். நண்டு பிடிப்பதென்பது அவருக்குக் கைவந்த கலை. பால்ய காலத்திலிருந்தே அதற்கு அவர் பழகியிருந்தார். எந்த வங்கில் நண்டு இருக்கும், எதில் இருக்காதெனவும் அத்துப்படி. சில சமயங்களில் வங்கினுள் கை முழுவதையும் நுழைத்துப் பாம்புகளைக்கூட இழுத்துப்போடுவார். என்னதான் லாவகமாக நண்டுகளைப் பிடித்தாலும், வங்கிற்குள் கை நுழைத்து அதன் கொடுக்குகள் எந்தப்புறம் இருக்கிறதென தீர்மானிப்பதற்குள், சில சமயங்களில் அவரது கையைக் கவ்விவிடும். உழைத்து உழைத்துக் காய்ப்பேறிய அவரது கைக்கு அதெல்லாம் பெரிய வலியாகவே தெரியாது, கவ்விய நண்டோடு அப்படியே கையை உருவி வெளியே உதறுவார்.

நண்டைச் சமைப்பதிலும் சரியான கெட்டிக்காரர். முதலில் பிடித்த நண்டுகளையெல்லாம் முற்றத்து வெற்றுத்தரையில் கொட்டிவிடுவார். பக்கவாட்டில் நடைபோடும் நண்டுகள் நாலாபுறமும் சிதறியோடப் பார்க்கும். சூழ்ந்துகொள்ளும் மழலைப் பட்டாளங்கள், இங்கே ஓடுகிறது, அங்கே ஓடுகிறதெனப் பதற்றமாய் அவரிடம் கூறுவார்கள். ஆனால் அவர் மிக நிதானமாய் ஒவ்வொரு நண்டாகப் பிடித்து அதன் அடிப்புறத்திலிருக்கும்

வயிற்றைப் பிய்த்துத் திறப்பார். அவரது மனைவி கம்மலுக்குப் பதிலாய்க் காதில் சொருகியிருக்கும் குச்சியைப் போலிருக்கும் நண்டுகளின் கண்கள், சூழ்ந்துவிட்ட உயிர் பயத்தால் வெளியே வந்து வந்துபோகும். அதன் வயிற்றைத் திறந்து கழிவகற்றுவார். பேறுகாலத்திலிருக்கும் சில நண்டுகளின் வயிற்றைத் திறந்ததும் குட்டிகள் பரபரத்துச் சிதறியோடும்.

சுத்தம் செய்தவற்றில், பொரிப்பதற்குப் பாதியையும் ரசம் வைப்பதற்குப் பாதியுமாய்ப் பிரித்து, அடுத்த வேலைக்கு ஆயத்தமாகி ரசம் வைப்பதற்கென உரலில் போட்டு இடிப்பார். அதற்குள் மனைவியோ பொரிப்பதற்கான ஏற்பாட்டில் இறங்கிவிடுவாள். அத்தனையையும் அவரே தின்றுதீர்ப்பவரும் அல்ல. அக்கம்பக்கம் வீடுகளில் உள்ளவர்கள் கேட்டு வாங்கிக்கொள்வார்கள். பதிலுக்கு அவர்கள் ஏதேனும் செய்தாலோ வாங்கிவந்தாலோ, இவர்களது பிள்ளைகளுக்கும் கொடுப்பார்கள், அப்படி அறியப்பட்டதுதான் கொத்து பரோட்டாவின் ருசி. நண்டுகளோடு இவ்வளவு பரிச்சயமிருந்தும் அதைப் பிடித்து வியாபாரம் செய்யும் எண்ணம் அவருக்கு இருந்ததேயில்லை.

அந்த மத்தியான நேரத்தில் அவர் கிளம்புவதைப் பார்த்த இளையவள், அவருடன் ஒட்டிக்கொண்டதைப் பார்த்து அவர் ஏதும் மறுக்கவில்லை. பையொன்றை மட்டும் எடுத்துக் கொள்ளச் சொன்னவர் வாய்க்காலை நோக்கி நடந்தார். கோடைகாலமாதலால் தண்ணீர் கொஞ்சம் வற்றியிருந்தது. எஞ்சியிருந்த தண்ணீரும் ரகசியம் பேசுவதைப் போல் ஓடிக்கொண்டிருந்தது.

சட்டையைக் கழற்றி மேலேயே வைத்துவிட்டு மடித்துக் கட்டிக்கொண்ட லுங்கியுடன் தண்ணீரில் இறங்கியவர் பாறைகளைக் கொஞ்சம் அகற்றியும், வங்குகளில் கை நுழைத்தும், சேறு பதிந்த ஓரங்களில் துழாவியும் எண்ணற்ற நண்டுகளால் பையை நிரப்பினார். சிறிய நண்டுகள் கைக்குச் சிக்கும்போது அதை ஐம்பது ரூபாய்த் தாளாகவும் நூறு ரூபாய்த்தாளாகவும், பெரிய நண்டு கிடைத்தபோது ஐநூறு ரூபாய்த் தாளாகவும் நினைக்கத் தொடங்கினார். மேலே அமர்ந்து அவர் நண்டு பிடிப்பதையே வைத்த கண் வாங்காமல் பார்த்துக்கொண்டிருந்த மகளை நோக்கிச் சிறிய நண்டொன்றை விளையாடட்டுமென வீசியெறிந்தார். அவளோ அதன் கொடுக்குகளை உடைத்து அப்படியே வாயில் போட்டு நரநரவென மெல்லத் தொடங்கினாள்.

பொழுது சாயத் தொடங்கிவிட்டிருந்தது. மாலை நேரத்துச் சிறு சிறு கடைகள் தொடங்கியிருந்தன. சில்லி சிக்கன் கடையைக் கடக்கையில் மசாலா மணம் நாசியை வெகுவாய்த் தாக்கியது. நாளைக்குப் பையிலிருக்கும் நண்டுகள் விற்பனையாகிவிடுமா என்று லேசான அச்சமெழுந்தது. ஆடு, கோழி, மீன்போல நண்டுகள் அதிகம் சந்தைக்கு வருவதில்லை. புதிதாகத் திருமணமானவர்களுக்கு விருந்துவைப்பதற்கும், நெஞ்சுச் சளி, இன்னபிற வியாதிகளுக்கு மருந்தாகவும்தான் நண்டுகளைத் தேடிச்சென்று வாங்குவார்கள். அக்கம்பக்கத்து வீடுகளுக்கேகூட விற்கலாம் என எழுந்த எண்ணத்தை உடனடியாக அழித்தார். காசு வாங்கிக்கொண்டு அவர்களுடனான நெருக்கத்தின் வெளியை அதிகரித்துக்கொள்ள அவர் விரும்பவில்லை. நண்டுகளைப் பிடித்துச் சமைத்து நமக்கெல்லாம் கொடுத்தவர் பிடித்துக் கொணர்ந்து விற்கத் தொடங்கிவிட்டார், பிழைக்கத் தெரிந்தவர் என்று அவர்கள் எண்ணிக்கொள்வார்களோ எனவும் கலக்கமடைந்தார்.

வீட்டிற்குள் நுழைந்ததும் பிடித்துவந்த நண்டுகளை ஒடுங்கிய அலுமினிய வாளியில் கொட்டினார். கல்லைப் போன்ற உறுதியான அதன் ஓடுகள் வாளியினுள் தடதடவென விழுந்து பெரும் ஓசையினை எழுப்பின. கொட்டிவிட்டு அதன்மேல் பழைய காலண்டர் அட்டையை வைத்து மூடினார். அட்டையில் மகாலட்சுமியின் உள்ளங்கையிலிருந்து பொன்மழை பொழிந்துகொண்டிருந்தது.

ஏதோ பெயருக்கு இரவு உணவை முடித்துக்கொண்டவர் கட்டிலை எடுத்துவந்து வீட்டினுள் போட்டு மல்லாந்து விட்டார். மூலையிலிருந்த வாளியில் நண்டுகள் பிறாண்டுகிற சத்தம் நாளை நாணயங்களின் சத்தமாக மாற வேண்டுமென நினைத்தார். ஆனாலும் வியாபாரியாய் மாறுவதில் அவருக்குக் கொஞ்சம் கூச்சமிருந்தது. நண்டுகளை எடைக் கணக்கில் விற்பதா, கூறுகட்டி விற்பதா, ஒவ்வொன்றுக்கும் அளவுக்குத் தகுந்தாற்போல் விலை நிர்ணயிப்பதாவெனப் புரியவில்லை. ஆனால் கூறுகட்டி விற்றால், பக்கவாட்டில் நகரும் நண்டுகள் அடுத்தடுத்த கூறுக்குச் சென்றுவிடும் என்பதில் தெளி வாயிருந்தவர், அடுத்துவந்த பத்து நிமிடங்களுக்குள் தூக்கத்துக்குள் சென்றிருந்தார்.

நண்டுகள் கொத்து பரோட்டாவாய் மாறிவிடுவதைக் கனவாகக் கண்டவர் கனவின் முடிவில் விழித்துக்கொண்டார் வானம் நிறம் மாறத் தொடங்கிவிட்டிருந்தது.

கடைத்தெருவைத் தாண்டியிருக்கும் அந்தப் பள்ளியின் முன்பு அலுமினிய வாளியோடு வந்தவர், கூடவே கையில் நீண்ட கழியொன்றையும் எடுத்துவந்திருந்தார். அதை ஒரு அடிக்குக் குழிபறித்து பூமியில் நட்டார். அவரின் தோளுயரத்திற்கு நின்றது கழி. ஒவ்வொரு நண்டையும் தனித்தனியாக எடுத்து அதன் கொடுக்கில் நூலொன்றைக் கட்டி அதைக் கழியில் கட்டித் தொங்கவிட்டார். பெருத்த நண்டுகள் சிலவற்றை மட்டுமே அவ்வாறு கட்டினார். மீதியை வாளியிலேயே வைத்துவிட்டார். அருகிலிருந்த பள்ளியின் உள்ளிருந்து வெளியே நீண்டிருந்த செவ்வரளிச் செடியிலிருந்து, கொத்தாய்ப் பூத்திருந்த நாலைந்து பூக்களை, நீண்ட காம்போடும் கொஞ்சம் இலைகளோடும் ஒடித்துக்கொண்டு வந்து அந்தக் கழியின் உச்சந்தலையில் சொருகினார்.

அந்தக் கழியைப் பார்ப்பதற்கு மரம்போலவும், அதில் தொங்கிக்கொண்டிருக்கும் நண்டுகள் அனைத்தும் கனிகளைப் போலவும் இருந்தன, வெயில் ஓரளவு சுட்டெரிக்கத் தொடங்கி நண்டுகளின் மேலே பட்டு அதன் ஓடுகளை மின்னவைத்துக் கொண்டிருந்தது. பார்ப்பதற்கே விசித்திரமாகவும், விநோதமாகவும் இருந்ததை, எல்லோரது கண்களும் ஆச்சரியமாய்ப் பார்த்தன. பொண்டு பொடுசுகள்முதல் பெரியவர்கள்வரை வேடிக்கை பார்க்கவே கூடியிருந்தனர்.

நேரம் செல்லச் செல்லக் கொண்டுவந்திருந்த நண்டுகளில் ஓரளவு விற்றுப்போயிருந்தன. தனது வியாபாரத்திறன்மேல் அவருக்கே வியப்பாயிருந்தது. முகத்தில் கொஞ்சம் சந்தோஷ ரேகை ஓடியது. மதியச் சாப்பாடாய் டீயும் பன்னும் உள்ளே அனுப்பியபடி சற்றுத் தள்ளித் துணிக்கடை வைத்திருந்தவனைப் பார்த்து சிநேகமாய்ச் சிரித்தார். கழியில் கட்டிய நண்டுகளும் வாளியில் இரண்டும் மிச்சமிருந்தன. நண்டுகள் விற்பனை ஆக ஆக, சட்டைப் பையில் சேர்ந்த காசுகளைக் கூட்டிப்பார்த்துக்கொண்டே வந்திருந்தார். கடைசியாய் விற்றுப் பையில் போட்டதோடு, மொத்தம் எழுபது ரூபாய் சேர்ந்திருந்தது. சரி கிளம்புவோம் என யத்தனித்தவரின் அருகில் அவரை உரசியவாறு வந்து நின்றது அந்த போலீஸ் ஜீப்.

ஜீப்பின் முதுகு மெலிந்துகொண்டேபோன திசையை நோக்கிக் காறி உமிழ்ந்தார்.

அதிகாரத்தின் முன்பு தான் நண்டைவிடச் சிறியதொரு பூச்சியாய் மாறிப்போனதாய் உணர்ந்தவர் மனதுக்குள்ளாகவே பணத்தைப் பறித்துச்சென்ற போலீசை விதவிதமாய்த் தண்டித்தார்.

ஹோட்டலின் நீண்ட தோசைக்கல்லில் அவனைக் கிடத்தி அவனது புட்டத்துச் சதைகளைக் கொத்து பரோட்டா போடுவதைப்போல் சிதைத்தார்.

பிறகு அந்த இடத்தில் நிற்கவே அவமானமாய் உணர்ந்தவர் வாளியைக் கையிலெடுத்துக்கொண்டு நட்டுவைத்திருந்த கழியை உருவப்போனார். அதில் சொருகப்பட்டிருந்த செவ்வரளிக்கொத்து, இன்று அவர் எதிர்கொள்ளவே இயலாத இளையவளின் முகமாய் வாடிக் கிடந்தது.

கல்வெட்டு பேசுகிறது, ஜனவரி 2013

6

கேளா இசைச்சொல்

ஓசைகளற்ற வெளியென விரிந்திருக்கிறதவன் உலகம். நிசப்தங்களின் மையத்தில் நின்றுகொண்டிருக்கிறான் அவன். ஒரு குண்டூசி கீழே விழுதல் போலான சத்தத்தை அந்த ஊசியைக் கொண்டே பாதத்தில் குத்திக்குத்தி உணருகிறான். சிறு சிறு ஒலிகளெல்லாம் எவர் அனுமதியுமின்றி அவனுலகத்தினுள்ளிருந்து கடந்த பத்தாண்டுகளில் கொஞ்சங்கொஞ்சமாய் வெளியேறிச்சென்றிருக்கின்றன. பேரோசைகள் யாவும் தன்னையொரு சிறுவனெனக் காண்பிக்கும் விதமாய் மெலிந்துபோயிருக்கிறது.

கடிகாரத்தின் நடுமுகத்தில் உள்ளங்கை பதித்துதான் நொடி முள்ளோசையை உணருகிறான். குழாயிலிருந்து கசிந்தொழுகும் நீர்ச்சொட்டுகள் ஒவ்வொன்றையும் ஓர் எழுத்தெனக் கையிலேந்தித் தனக்குப் பிடித்த வாக்கியமொன்றாய் அதனையமைத்து உலகு அதிர உக்கிரமாய் உரக்கக் கத்துகிறான்.

பேரமைதியால் கட்டமைக்கப்பட்டிருக்கும் இந்த வனாந்தரம் வழக்கமாய் அவன் சுற்றித் திரிவதுதான் என்றாலும் இன்றவனுக்கு அது பெரும் அலுப்பையூட்டியது. சிறகடிக்கும் ஓசைகளையும், கீச்சுக் குரல்களையும் ஊதாரித்தனமாய் வேறெங்கோ செலவழித்துவிட்டு ஓய்வெடுக்க மட்டுமே இங்கு வந்து குவியும் பறவைகளைக் கொன்று குவிக்க வேண்டும் போலிருக்கிறது. எப்போதும் தவத்திலிருப்பதைப் போல் இந்த மரங்களிடம் அமைதி, அமைதி, மகா

அமைதி. அதிலும் இந்தக் கொன்றை மரம் சரியான கல்லுளி மங்கனாய் இருக்கிறது. எத்தனை நேரம் அவன் பேசினாலும் ஒரு உம் கொட்டுவதில்லை. ஒரு பதில் வார்த்தை பேசுவதில்லை. மௌனத்தையே விரும்பியணிந்துகொள்ளும் இந்த மரங்களை வெட்டிவீழ்த்த வேண்டுமென்ற வெறி சூழ்கிறது அவனுக்கு.

புலியின் உறுமலில்லை, யானையின் பிளிறலில்லை, சிங்கத்தின் கர்ஜனையில்லை, சர்ப்பத்தின் சீற்றலில்லை, ஓநாயின் ஊளையில்லை, இதென்ன வனாந்தரம். ஒலிகளை, ஓசைகளைத் துறவிலேற்றிவிட்டு நிர்வாணம் தரித்து நிற்கும் இதென்ன அடர்ந்த காடு. கூடாது, இனி இங்கே வரவே கூடாது. போயும்போயும் என் பெரும்பாலான பொழுதைக் கழிக்க இந்த இடத்தையா நான் தேர்வு செய்திருக்க வேண்டும். தொலைதூரத்தில் தென்படும் அருவிகூட மௌனத்தின் மதகுருவுக்குக் கட்டுப்பட்டதைப்போல, கைகட்டி உதட்டின்மேல் விரல் வைத்து, சின்னதாய் ஒரு முனகல்கூட இல்லாமல் வானத்தின் வாலெனத் தலைகீழாய்த் தொங்கிக்கொண்டிருக்கிறது. இனி இங்கு வரக் கூடாது என்று நினைத்தான்.

தானிருக்கும் இடத்தில் ஒரு குட்டிப் பிரளயம் நிகழ்ந்து கொண்டேயிருக்க வேண்டும். ஆலைச் சங்கொலி அலறிக் கண்டேயிருக்க வேண்டும். அவசர ஊர்திகள் பேரொலி உமிழ்ந்து பிற வாகனங்களை விலக்கிக்கொண்டு விரைந்தோட வேண்டும். ஒரு குட்டி ஹெலிகாப்டர் மிகவும் தாழப் பறக்க வேண்டும். தன்னோடு பேசும் யாவரும் கை ஜாடையே பயன்படுத்தக் கூடாது என்றும், ஒலிகளுக்கும் தனக்குமான இடைவெளிகள் தீர வேண்டும் என்றும் விரும்பினான்.

அவனோடு பேசுவதற்கும், அவன் பேசுவதற்கும் ஒருவருமற்றதான உலகமும் வாழ்வும் அடிக்கடி அவனை அந்த வனம் நோக்கிச் செலுத்தி விளையாடிக்கொண்டிருந்தது. அந்த விளையாட்டும் இன்றோடு முடிவுக்கு வந்திருக்கிறது அவனை தோற்கடித்தபடி. அங்கிருந்து வரும்போது, விஞ்ஞான வளர்ச்சி அந்த நடுக்காட்டில் செல்போன் கோபுரமொன்றை நட்டுவைத்திருப்பதைப் பார்த்து அங்கேயே ஒரு கணம் நின்றான். ஏற்கனவே பார்த்ததுதான் என்றாலுங்கூட இன்றவனுக்கு அது வேறொரு முகத்தைக் காட்டியது. வனத்தை வெறுத்த அவனை அது ஈர்த்தது. கையசைத்து அழைத்தது. அருகில் சென்று பார்த்தவனுக்கு அதன் மீது ஏற வேண்டுமென்ற ஆசை எழுந்தது. அவன் செவி தீண்டாமல் புறக்கணிக்கும் ஓசைகளும் சொற்களும் அவனுக்கெட்டாமல் போகும் சத்தங்களும் வெகு உயரத்தில் காற்றில் மிதந்துகொண்டிருக்கும். வானத்தைத் தொடும்

கூர்மையோடு நிற்கும் இக்கோபுரத்தின் உச்சிப் பகுதிக்குச் சென்றால், நம்மை விட்டு விலகிப்போன அவை நம் வசப்படலாம் என நினைத்ததும், மேலே ஏற வேண்டுமென்ற ஆசை மேலும் வலுப்பெற்றது.

அண்ணாந்து மேலே பார்த்தான். அதன் உயரம் அவனுக்கு அச்சமூட்டுவதாயிருந்தது. அச்சமயம் அவனைத் தடுக்க அங்கு யாருமிருக்கவில்லை. மனதைத் திடப்படுத்திக்கொண்டு, அதன் ஒவ்வொரு வளைவையும் படிக்கட்டுகளெனப் பயன்படுத்தி ஒரு மந்தியைப் போல் ஏறி அதன் பாதி உயரத்தை அடைந்து, அங்கிருந்து கீழே பார்த்தான். அச்சம் தன் அசலைப் பல நகல்கள் எடுத்ததாய் அதிகரித்திருந்தது.

அத்தனை உயரத்தில் அமர்ந்திருந்துங்கூட அவனைச் சுற்றிலும் ஒரு மயான அமைதி. கோடிக்கணக்கான சொற்களையும், லட்சக்கணக்கான வர்களின் உரையாடல்களையும், உள்வாங்கி உரியவருக்குச் சேர்ப்பிக்கும் செல்போன் டவரில் அமர்ந்திருக்கிறான். ஒரு சின்ன சத்தங்கூட, ஒரு வார்த்தைகூட அவனுக்கு எட்டவில்லை. இங்கிருந்து குதித்துவிடலாம் என்றுகூட ஒரு எண்ணம் தோன்றி மறைகிறது. ஒரு பறவை அந்த கோபுரத்தில் அமர்வதும் பின் பறப்பதுமாய் மிக உற்சாகமாய் விளையாடிக்கொண்டிருக்கிறது. ஒருவேளை அவன் அங்கிருந்து குதித்துவிடத் தீர்மானித்திருந்தால்கூட, தடுத்து நிறுத்தும்படியான எவ்விதக் குறிப்பும், செய்கையிலோ அசைவுகளிலோ சிறிதும் வெளிப்படுத்தாதபடி அது விளையாடிக்கொண்டிருக்கிறது.

ஏதோவொரு எதிர்பார்ப்பில் மேலேறி வழக்கம்போலான ஏமாற்றத்தைச் சந்தித்துவிட்டதில் பெரிதும் சோர்வடைந்தவன் கீழிறங்க ஆயத்தமானான். ஒவ்வொரு அடியாய் மிகக் கவனமாய்ச் சறுக்கிவிடாதபடியான ஜாக்கிரதை உணர்வுடன் கீழிறங்கிக்கொண்டிருக்கிறான். ஏறும்போது இத்தனை உயரமாகவா இருந்தது இந்தக் கோபுரம் என்ற கேள்வி அவனுள் குடைந்துகொண்டே அவனுடன் கீழிறங்கிக்கொண்டிருக்கிறது. உச்சத்திற்குச் செல்ல முயன்று மேலேறி, பாதியிலேயே கீழிறங்கிக்கொண்டிருக்கும் அவனது உறுதியற்ற மனநிலையைப் பரிகசித்து அப்பறவை கும்மாளமிடுவது தெரிகிறதே தவிர அதன் குரல் அவனுக்கு அந்நியமாகவே இருக்கிறது.

முன்திட்டமிடல் இல்லாத அவனது நடை, இலக்கற்ற அவன் பயணம், அடர்ந்த வனாந்தரம், செல்போன் டவர் என மாறி மாறி இப்போது இந்த ரயில் தண்டவாளத்தில் வந்து நிறுத்தியிருக்கிறது. ரயிலின் சத்தம் அவனுக்கு மிகவும் பிடித்திருக்கிறது. 'பாம்' என்று முழங்கும் அதன் பேரோசை அவன் செவிக்கு மிக இதமாய்

பா. ராஜா

இருக்கிறது. சிறு வயதில் கேட்டுறங்கிய தாலாட்டுப் பாடலை அது நினைவுக்குக் கொண்டுவருகிறது. உயிரை ஓர் உருண்டை வடிவமாக்கித் தண்டவாளத்தின் நேர்க்கோட்டில் உருட்டி விளையாடுகிறது வாழ்க்கை. தொலைவில் ஒற்றைக்கண் மிளிர வந்துகொண்டிருக்கும் ரயில், நிரந்தரத் தூக்கமாம் மரணத்தைக் கொண்டுவந்து தராதா என ஏங்கினான்.

பின் அங்கிருந்து சாலையை நோக்கி வெகுதூரம் நடந்தவன் ஓரிடத்தில் நின்றான். அந்த இடத்தையே வெறித்தான். முன்பொரு நாள் அவனது முகத்திற்கெதிராய் அவனைப் பார்த்து 'செவுட்டுக் கூதி' என்று உரக்கக் கத்திய ஒருவனோடு சண்டையிட்டுக் கட்டிப் புரண்ட இடம் அது. பல்லிடுக்கில் வலுவாய்ச் சிக்கிக்கொண்டு பொழுது முழுவதுமாய் இம்சிக்கும் இறைச்சித் துணுக்கென அச்சொல் அன்றைய தினம் முழுவதும் நினைவில் மீண்டும் மீண்டும் எதிரொலித்துப் பெரும் வதையை உண்டாக்கியது. அச்சொல்லில் உறைந்திருந்த வன்மம் நஞ்சு தடவிய கூரியதொரு கத்தியென மாறி நீண்டு படுத்திருக்கும் அவனது நெற்றிப் பொட்டில் சுருக்சுருக்கெனச் சொருகுகிறது. பெண்டுலமொன்றின் பன்னிரெண்டு மணிக்கான சத்தம் இரவின் கன்னத்தில் மாறி மாறி அறைவதைப் போல அச்சொல் அவனை உறங்கவிடாமல் இம்சிக்கிறது. இதுவரை அவனது முதுகு மாத்திரமே சந்தித்துவந்த அச்சொல் முதல் முறையாய் முகத்தில் அறைந்ததும் அதிர்ந்துபோனவன் உலகத்தையும் உலகத்திலிருக்கும் யாவற்றையும் வெறுத்து ஒதுக்கத் தொடங்கினான்.

அவனுக்கே கேட்டிருக்கிறது என்றால் எத்தனை சத்தமாய்த் திட்டியிருக்க வேண்டும். அந்த இடத்தையே வெறித்தவன், திட்டியவன் அங்கிருப்பதாய்க் கற்பனை செய்துகொண்டு, அவனோடு கட்டிப் புரண்டு அன்று நிறைவேறாதுபோன மிச்சமிருக்கும் இரண்டு குத்துக்களை அவனது முகத்தில் விட்டான்.

நீண்ட நேரமாய் அங்கேயே நின்றுகொண்டிருந்தவனைப் பார்த்துச் சிரித்தபடி கடந்துபோனாள் ஓர் சிறுமி. அது வெறும் சிரிப்பாய் மாத்திரம் அவனுக்குத் தோன்றவில்லை. அவனை ஆசுவாசப்படுத்தும், ஆற்றுப்படுத்தும் ஏதோவொன்றை அதில் கண்டவன், தன்னையுமறியாமல் பின்தொடர்ந்து நடந்தான். அச்சிறுமி அருகிலிருந்த கோயிலொன்றினுள் நுழைந்தாள். மீண்டுமொரு முறை அந்தச் சிரிப்பைத் தனக்கு வழங்குவாளா? வழங்க வேண்டும் என்று பெரிதும் விரும்பினான். அச்சிறுமி அவனுக்கு அம்மனாய்த் தோன்றினாள். மண்ணில் புரண்டுகொண்டிருந்தவனை எடுத்து நிறுத்தி, மேலெங்கும் படிந்திருந்த புழுதியைத் தட்டிவிட்டு, கலைந்த கேசத்தைக்

கோதிவிடும்படியாய் அச்சிரிப்பை உணர்ந்தவன், மேலும் அந்தத் தலைக்கோதலை எதிர்நோக்கினான். அச்சிறுமியின் நிழலில் தன் உயிரைக் கட்டிவைத்துவிடும் முனைப்புடன் தொடர்ந்தவன் தன்னைப் பார்த்து மீண்டும் சிரிக்க வேண்டுமென வேண்டினான். அச்சிறுமியின் செயல்களையே கவனித்துக்கொண்டிருக்கிறான்.

கோயிலின் பிராகாரத்திலிருக்கும் வெண்கல மணியிலிருந்து இசைச் சொல்லொன்றை விடுவிக்க முயல்கிறாள் சிறுமி. அதில் கட்டப்பட்டிருக்கும் கயிறு கைக்கெட்டாமல் போகவே, தனது எம்பல்களை அங்குலம் அங்குலமாய் அதிகரிக்கிறாள். கைக்கெட்டாத தூரத்திலும் உயரத்திலும் அவனுக்கானவை அடுக்கிவைக்கப்பட்டிருப்பதைப் போல, அச்சிறுமிக்கு ஆலயமணி இருக்கிறது. இன்னும் சிலமுறை முயன்றால் பறத்தல் மறந்துபோய் அவள் சட்டையிலேயே வசிக்கும் வண்ணத்துப்பூச்சி அதன் சிறையைத் தகர்த்துப் பறந்தாலும் பறந்துவிடும் என்று தோன்றியது அவனுக்கு. மணியின் நாவில் மர்மங்களால் திரித்துக் கட்டப்பட்டிருக்கும் சரடு அவளுக்கான ஒலியை ஒழுகவிடாமல் தன்னை உள்ளிழுத்துக்கொண்டு அவளிடம் விளையாட்டுக் காட்டுகிறது. இங்கிருக்கும் யாவரும் ஆசீர்வதிக்கப்பட்டவர்கள் என்ற குறிப்பினை இசைச் சொல்லொன்றால் தன்னால் வழங்க முடியுமென்ற முனைப்பில் மேலும் மேலும் முயல்கிறாள் சிறுமி.

மலைகள்.காம், மே 2012

பா. ராஜா

7

தாகம்

நிரம்பிய கிணற்றில் தூக்கிப் போட்டால் அக்கிணறே வற்றிவிடும்படியான தாகம் அவனது உடலில் சூழ்ந்திருப்பதாய் உணர்ந்த கணத்தில் அவனுள் மெல்லிய நடுக்கம் உண்டானது. இத்தனை பெருந்தாகம் சமீபமாய்த்தான் அவனைப் பீடித்து வாட்டுகிறது. முன்பெல்லாம் அப்படியில்லை. தாகம் குறித்தான வறட்சி ஏதும் அறியாதவனாய்த்தான் இருந்திருக்கிறோம் என்பதை நினைத்துப் பார்க்கையில், வியப்பு ஒரு உறக்கமெனத் திடுக்கிட்டு விழிக்கிறது.

அதிகாலையில் தொடங்கும் அவனது நீர்த்தேடலானது உயிர் களைத்துப்போகும்வரை விரட்டியடித்து அலைக்கழித்துத் தேம்பவைத்து அவனிடம் இல்லாத பொக்கிஷத்தையெல்லாம் பட்டியலிட்டு அவற்றைப் பெற்றுக்கொள்ள நினைக்கிறது. அவன் பொக்கிஷமாக நினைத்துக் கொண்டிருக்கும் யாவும் அதன் பட்டியலில் இடம்பெறவே இல்லை. இங்கும் அங்குமாய் அவனை அலைக்கழிப்பதில் தேர்ச்சிபெற்ற நீர் அன்றாடம் அவனைக் களைத்துப்போகச் செய்துவிடுகிறது. பெருந்தாகம் கொண்ட பீப்பாயாய் நள்ளிரவில் வீடடைந்து படுக்கையில் வீழ்வதென்பது அவனது அன்றாடங்களில்ஒன்றானதாய்மாறிவிட்டிருந்தாலும் முன்னெப்போதையும்போலில்லாமல் அவனது தாகம் இரவுகளில் பெருத்து எட்டுத் திக்கும் பாயும் வெள்ளமென உடலின் அத்தனை பாகங்களிலும் படர்ந்து இம்சிக்கிறது.

ஒற்றை நீர்த்துளி அந்தரத்தில் மிதந்தபடி அலைந்தலைந்து அவனது நெற்றிப் பொட்டில் உடையாமல் வந்தமர்ந்து உடலெங்கும் ஊர்ந்தோடும் உதிரத்திற்கு இணையாய் உருண்டோடி மேலும் அவனது தாகத்தின் பரப்பளவை விரியச்செய்து மிச்சமிருக்கும் சொற்ப இரவையும் அவனிடமிருந்து பறித்துக்கொண்டு அவனது உடலிலேயே ஓரிடத்தில் உறைந்தும் போய்விடுகிறது. கைக்கு அகப்படாத, விழிக்கும் புலப்படாத அந்த ஒற்றைத் துளி அவனது இரவுகளைச் சூறையாடும் அட்டூழியத்தைத் தற்போது தொடர்ந்து செய்யத் தொடங்கியிருக்கிறது.

நீரற்ற பிரதேசத்தில் உண்டாகும் தாகத்தை ஒரு எதிரியென அவன் வெறுக்கத் தொடங்கி வெட்டி வீழ்த்தும் உபாயங்களையும் யோசிக்கலானான். தன்னிடம் இல்லாததைப் பட்டியலிட்டுத் தனக்கான விலையாய் அதனை நிர்மாணிக்கும் நீரையும் அவன் வெறுக்கத் தொடங்கினான். தாகத்தின் எல்லைகளை அதிகரித்து இரவுகளில் மட்டும் தன்னை வெளிக்காட்டி இம்சித்துப் பின் எங்கோ சென்று உறைந்து மறையும் அந்த ஒற்றைத் துளியின் மேல் கடுஞ்சினமுற்றான். தாகமும் வெறுப்பும் சினமும் எல்லைகளற்ற ஓர் இடம் நோக்கி அவனை விரட்டிக்கொண்டேயிருக்கின்றன.

அந்த ஒற்றைத் துளி தன் நெற்றிப் பொட்டில் மிதந்தபடி வந்தமர்ந்ததும் தனது திட்டங்கள், கட்டுப்பாடுகள் அனைத்தும் தகர்ந்துவிடுவதை உணர்ந்தான். இரவுகளை வாழ்விலிருந்து தவிர்க்க முடியாமலும் அந்த ஒற்றைத் துளியை எதிர்க்க இயலாமலும் அதன் முன்பாக மெலிந்துகொண்டிருக்கிறான். மேலும் அதன் வீரியம் கூடுவதற்குள் அதனை வெல்லுவதற்கான யோசனைகளின் ஆழத்திற்குள் அமிழ்ந்துபோகிறான்.

இன்றும் அது அந்தரத்தில் மிதந்தலைந்து தன்னைக் குறிவைத்துக் கீழிறங்குவதை கவனித்து உணர்ந்து அது தன்னைத் தொட்டுவிடுவதற்கான நூலிழையில் புரண்டு படுத்து தலை நகர்த்திக்கொண்டான். குறுஞ்சிரிப்போடு அவனது முதுகில் ஊரத் தொடங்கிய அதைத் தட்டிவிடுவதற்கான செயற்பாட்டில் படுக்கையிலிருந்தே எழுந்துவிட்டான். எழுந்தவன் தண்ணீர் பாட்டில் ஒன்று அருகிலிருப்பதைப் பார்த்தான். உள்ளே நீர் இருப்பதற்கான ஈரப்பசை வெளிப்பார்வைக்குத் தெரியவில்லை. இரவுகளில் சதா இம்சித்து வதைக்கும் அந்த ஒற்றைத் துளியை ஏதும் செய்யவியலாத தனது இயலாமையோடு வெறுமையாய் நிற்கும் அந்த பாட்டிலைப் பார்க்கிறான். அப்போதுதான் அவனுக்கு அது தோன்றியது.

தன் வாளுக்கு லாவகமாய்த் தப்பிக்கும் அந்த ஒற்றைத் துளியின் கண்ணெதிரில் அதனை ஏமாற்றும் பொருட்டு நீரற்ற அந்த வெற்று பாட்டிலை உதட்டில் பொருத்தி நீரருந்துவதாய்ப் பாவித்தான். உடல் அதிர்ந்தது. அந்த பாவனை அவனது பெருந்தாகத்தின் துளிச்சுமையைக் குறைப்பதாய் உணர்ந்தான். அந்த உணர்வு அவனைப் பரவசமூட்டச் செய்தது. மற்றுமொரு முறை பாவனையாய் நீரருந்தினான். அந்த வெற்று பாட்டில் தன்னில் தேக்கிவைத்திருந்த பரவசத்தின் மற்றுமொரு துளியை, சுவையை அவனுக்கு வழங்கியது.

இப்படிப் பாவனையாய் நீரருந்துவது அவனது தாகத்தைத் தீர்க்கவல்லது. அதையே அவன் விரும்பவும் செய்தான். பாவனையாய் நீரருந்துவதில் பெற்றுவிட்ட தேர்ச்சியெனத் தற்போது அவனுக்குக் காலி பாட்டிலுங்கூடத் தேவைப்பட்டிருக்கவில்லை. வெற்றுக் கைகளாலேயே நீரள்ளிப் பருகத் தொடங்கினான். தாகத்தின் வறட்சியை மறக்கச்செய்யும் பாவனையின் பேரானந்தத்தில் மிதந்தான்.

பாவனையாய் வெற்றுக் கைகளில் நீரள்ளிப் பருகுவது அவனது பெருந்தாகத்தைக் கசியச் செய்தது. ஆசுவாசத்தையும் கூடவே கொஞ்சம் குற்றவுணர்ச்சியையும் வழங்கியது. நீரள்ளிப் பருகப் பருக இடது உள்ளங்கை இளவெப்பத்துடன் வியர்த்துப் பிசுபிசுத்தது. கண்ணாடி முன் நின்று பாவனை நீர் பருகுகையில் அதில் கொடும்பசி சுமந்தலையும் யாசகனின் முகம் தேம்பியபடி தோன்றி மறைகிறது.

தன்னை ஏமாற்றுகிறான் என்பது தெரிந்தாலும் இரவில் அவன் போக்கிலேயே விட்டுவிடும் அத்துளி தற்போது பகல் பொழுதில் தனது சித்து விளையாட்டைத் தொடங்கியிருக்கிறது. அவனது பகல் பொழுதின் இயல்புகள் தடுமாறி வேலைகள் ஸ்தம்பிக்கின்றன. எவ்வளவுதான் மும்முரமாய் அலுவலின் ஆழம் சென்றாலும் ஏமாறும் சிறு பொழுதில் எங்கிருந்தாலும் வந்துவிடுகிறது. சுற்றிலும் நடக்கும் நிகழ்வுகளின் அத்தனை அம்சங்களும் அத்துளியை உத்வேகமூட்டி அவனை நோக்கியே அனுப்பிக்கொண்டிருக்கிறன. அவனது மேஜையில் இங்கும் அங்குமாய் உருளும் அதன் ஓசை உயிரை வதைக்கவே பகலிலும் கழிப்பறைகளிலும் பாவனை நீரருந்தத் தொடங்கிவிட்டவனைப் பிறிதொரு தினத்தில் அது கவ்விக்கொண்டு பறந்து செல்கிறது. பாவனை நீர் அருந்துவதான கற்பனையுடனே பெரும் ஓலத்துடன் கதறுமவன் அதன் முன்பாக மூன்றாவது முறையாய் மண்டியிடுகிறான். பல நாட்களாய்க் காடு மலையெனத் தரதரவென அவனை இழுத்துச் சென்ற அது ஓரிடத்தில் கீழே போடுகிறது.

அவன் கீழே விழுந்த இடம் பெருவனமாய் இருந்தது. சிறு வயதில் கேட்ட கதைகளில் வந்த வனத்தைவிடவும் பெரியதாய் இருந்ததைக் கண்டு வியந்தான். அவனை அங்கே போட்டுவிட்ட பிறகு அந்த ஒற்றைத் துளியை எங்கும் காணவில்லை. தனது பால்ய காலத்துள் நுழைந்து நடப்பதாய் உணர்ந்தான். கூக்குரலிட்டான். ஓடினான். குதித்தான். பாடினான். பாதுகாப்பாய் இருப்பதாகவும் தாய்மையின் அண்மையையும் உணர்ந்தான். மிகப் பழகிய இடமாய் அந்த வனம் அவனுக்கு இருந்தது.

வனத்தின் கிழக்கு நோக்கி நடந்தவனுக்குப் புறமெங்கும் எண்ணற்ற வண்ணங்கள் சுமந்து வசீகரிக்கும் தோற்றத்திலிருந்த அந்த மண்பானை அவனது மொத்தக் கவனத்தையும் ஈர்த்து அருகில் அழைத்ததில் கிறங்கியபடி அதன் பக்கம் சென்றான். அச்சமயம் அந்நிலமெங்கும் வெளியெங்கும் நறுமணம் சூழ்ந்தது. அது சாகாவரம் பெற்று உலகெங்கும் பரவ வேண்டுமென நினைத்தான். மிக மிருதுவாய் அதைத் தீண்டினான். அவனது வருகையுணர்ந்து அப்போதுதான் பூசப்பட்டதாய் இருந்த பிசுபிசுப்பு அவனது விரலெங்கும் வியாபித்து அதன் தனிமையை, அவனது வருகைக்கான காத்திருப்பை, ஏக்கத்தைப் பேசியது.

மேலும் கொஞ்சம் அருகில் நெருங்கி எட்டிப் பார்த்தான். அது அடியாழத்தில் தனது தாகத்திற்கான நீரைத் தேக்கி வைத்திருப்பதைக் கண்டு குதூகலத்தின் உச்சமடைந்தான். அப்பெருவனத்தில் அவனுக்கான ஆசுவாசத்தைத்தேக்கிவைத்தபடி காத்திருக்கும் ஒன்றை அவனால் நம்ப முடியவில்லை. மகிழ்ச்சி பிரவாகமெடுத்தது. அவனது கூக்குரல் உயர்ந்து வானம் தொட்டது. பட்சிகள் திகிலடைந்தன. பேராவலில் மூச்சிரைத்தவன் தானுமொரு பட்சியாகிப் பறந்தான். மிதந்தான். சிறகுகளைப் படபடவென அடித்துப் புதியதொரு ஒலியை உருவாக்கி உலகிற்கு வழங்கினான்.

காற்றில் மிதந்தலைந்து புறப்பட்ட இடம் நோக்கி வந்தடைந்து பிறர் மதியாத தனது பொக்கிஷங்களைச் சுமந்தபடி பறந்து வந்து அதில் போட்டான். பெருமகிழ்வில் பூரித்துப் பொங்கிய நீர் தன் மட்டத்தைக் கொஞ்சம் மேலேற்றியது. கடந்து சென்ற நாட்களில் படிந்திருந்த வாதைகளையும் மிஞ்சிருக்கும் ஆயுளையும் அதிலே போட்டான். தனது சொற்களை, பிரியங்களைச் சேமித்த நினைவுகளை, விழியை, உயிரை, கண்ணீரை என அனைத்தையும் அதிலே போட்டான்.

நீர் அவனைச் சமீபித்தது. அதன் நெருக்கம் தந்த குளிர்மையை உணர்ந்து கிறங்கினான். சில்லிட்ட பனிக்கட்டியைக் காலம் உள்ளங்கையிலிட்டதான உணர்வைப் பெற்றான். உடலெங்கும்

வண்ணத்துப்பூச்சிகள் தீண்டின. நீருக்கும் அவனுக்குமென நெடுங்காலமாய்த் தொடர்ந்த இடைவெளி முடிவுறும் கடைசி நொடியில் சாபமென அதில் வந்து விழுகிறது ஒரு பெரும் பாறை.

வெளியெங்கும் நொடிப்பொழுதில் இருள்சூழ ஸ்தம்பிக்கிறது உலகு. திகைத்து நிற்கிறான். ஆயிரம் துணுக்குகளாய் மாறி விட்டியிருக்கின்றன அவனது பொக்கிஷங்கள். பின்மண்டையில் யாரோ தாக்குகிறார்கள். பிரபஞ்சமெங்கும் வெறுமை. சில்லுகளாகிவிட்ட அதனருகில் அவனும் உடைந்து சரிகிறான். விட்டு விலகியிருந்த அந்த ஒற்றைத் துளி மிதந்தலைந்து வந்து அவனது விழியோரம் அமர்ந்து எண்ணற்ற பிரதிகளாய் வெளிப் பீறிடுகின்றன.

***கல் குதிரை*, இளவேனிற்கால இதழ், ஏப்ரல் 2014**

8

எட்டாம் பக்கத்தில் ஒரு கையின் ஓவியம் உள்ளது

அ.

இரண்டு, நான்கு, எட்டு, பதினாறு என மடிபட்டுக் கிடந்த ஒரு இரவுத் தாளைத் திறக்கிறேன். முதல் பக்கத்தில் மறைந்திருந்த மாயக்கை நொடியில் முகத்தைச் சிதைக்கிறது. ஒழுகும் ரத்தத்தின் பசை தொட்டு மறு தாள் திறக்கிறேன். அப்பக்கத்தைப் பாதுகாத்துக்கொண்டிருந்த பூதம் விரட்டத் தொடங்கியதில் ஓடி என் நிழலே காலிடறக் கவிழ்கிறேன். இப்போது மறுபடியும் முகத்திற்கு ஒரு பரிசு கிடைத்துவிட்டிருக்கிறது. விரட்டிக்கொண்டுவந்த பூதத்தின் கையில் அந்த மாயக் கை இருக்கிறது. எழுந்தோட முடியாமலும் எதிர்ப்புக் காட்ட வலுவில்லாமலும் அதையும் அதன் பின்னணியில் விரியும் வானத்தையும் பார்த்தபடி கிடக்கிறேன். சரணாகதியாகிக் கிடக்கும் என்னைக் கண்டு துள்ளலோடு சீழ்க்கையொலியால் ஒரு பாடலைப் பாடிக்கொண்டே நெருங்குகிறது. அது எனக்கு மிகவும் பிடித்த பாடல் என்பதால் அச்சமயம் அதை ரசிப்பது மாத்திரமே இயன்ற காரியமாகிறது. கண்களை மிக இறுக்கமாய் மூடிக்கொள்கிறேன்.

அது நெருங்குவது செவிகளில் தெரிகிறது. நெருங்கி வந்த அது எடுத்துவந்த அந்த மாயக் கையை என் கையில் பொருத்துகிறது. பின் இளிக்கிறது. எதையோ வெட்டிமுறித்த மகிழ்வில் குதிக்கிறது. என்னுள் பொருத்தப்பட்டிருக்கும் அந்த அந்நியக் கையைக் கழற்ற முடியவில்லை. விரல்களைக்கூட உதிர்க்கவும் முடியவில்லை. அதற்கென முயன்றால் அக்கை கன்னத்தில் அறைகிறது. அதன் சொல்படி இயங்கச் சொல்லிப் பின்னந்தலையில் அடிக்கிறது. வலி பொறுக்காமல் கட்டளைக்குப் படிந்து அடுத்த தாளைத் திறக்கிறேன்.

ஆ.

புதிய வீடுகள் முளைத்துக்கொண்டிருக்கும் ஒரு குடியிருப்புப் பகுதியில் நடந்துகொண்டிருக்கிறான். மாலை நேரத்து நடைப்பயிற்சிக்காய் அநேகம் பேர் மூச்சிரைக்க நடந்துகொண்டிருக்கின்றனர். பள்ளிச் சிறுவர்கள் என்றும் சொல்ல முடியாத கல்லூரி இளைஞர்கள் என்றும் சொல்லு வதற்கில்லாத சிலர் அருகிலிருக்கும் காலிமனையில் கிரிக்கெட் விளையாடிக்கொண்டிருக்கின்றனர். அருகில் புதிதாய் வளர்ந்திருந்த ஒரு வெண் சுவரில் காவு கொடுக்கப்பட்ட ஆட்டு ரத்தம் உள்ளங்கை வடிவில் மலர்ந்திருக்க, அதைக் கண்டுவிட்ட மகிழ்வில் நா சுழற்றியபடி விரையும் அக்கை அதன்மீது படர்ந்து தனது விரல்களுக்கும் கொஞ்சம் ரத்தக் கவிச்சியை இடம்பெயர்த்துக்கொள்கிறது. விளையாடிக்கொண்டிருந்த சிறுவர்களில் ஒருவன் ஓங்கியடித்த பந்தை அக்கை அப்படியே தட்டித் திருப்பி அருகிலிருந்த வீட்டின் ஜன்னல் கண்ணாடிக்கு அனுப்புகிறது. தற்செயலாய் அன்றித் திட்டமிட்டே கண்ணாடிக்குப் பந்தை அனுப்பியதாய்ப் புரிந்துகொண்ட விளையாட்டுக் குழுவில் இருந்த ஒருவன் அவனிடம் வாக்குவாதத்திற்கு வந்து அங்கிருந்து அவனைக் கிளப்பிவிட முயன்றான். வந்தவனை வந்தவுடனேயே நிலைகுலையச் செய்தது அக்கையின் அறை. கை புகுந்திருக்கும் சாத்தான் இன்னும் என்னென்ன செய்யுமோ என்ற அச்சம் சூழ்கிறது அவனை. அந்தக் கையோ தனது இழுப்பிற்கெல்லாம் இந்த உடல் வர வேண்டும் என்றே விரும்புகிறது. அந்த அந்நியக் கையின் அத்துமீறலை அவனது சொந்தக் கையால் தடுக்கவே முடியவில்லை. தடுக்க முயலும் தருணமெல்லாம் பெருந்தோல்வியோடு முகம், மூக்கு எனக் குத்துப்பட்டு நிற்கிறான். கை புகுந்த சாத்தானோ தான் வைத்ததுதான் சட்டம் என்பதைப் போல் இயங்கிக்கொண்டிருக்கிறது.

இ.

மிதிவண்டியை வெறிகொண்டு செலுத்திக் கொண்டிருக்கிறேன். முன்சக்கரத்தின் நிழலில் விரிந்து கொண்டே போகிறது உலகு. எல்லையை அடையும்வரை என்னை இறக்கிவிட விருப்பமற்ற அது என்னையே செலுத்திக் கொண்டிருக்கிறது. இப்பயணம் நிச்சயம் ஒரு பெருஞ்சிகரத்தில் உன்னைக் கொண்டுசேர்க்கும் என்றொரு குரல் சக்கரத்திலிருந்து கிறீச்சிட்டு மேலும் வேகத்தைக் கூட்டுகிறது. கைப்பிடியில் இருக்கும் கையை என்னால் எடுக்க முடியவில்லை. அது என் கையை மிகக் கெட்டியாய்க் கவ்விக்கொண்டிருக்கிறது. எப்படியேனும் கைப்பிடியை விட்டுவிட வேண்டும் என்ற எண்ணம் மறைந்து, கைப்பிடி எப்படியாவது என் கைகளை விட்டுவிடாதா என்ற கவலை விசும்பலாய்க் கசிகிறது. அதிசிரத்தையாய் இடக்கையின் முதல் விரலைப் பிரித்ததும் வண்டி இன்னமும் வேகங்கொள்கிறது. இரண்டாம் மூன்றாம் விரல்களுக்கோ இன்னும் வேகம் வேகம். வேகம் குறித்த அச்சமிருப்பினும் விடுபடுதலின் விருப்பத்தில் அடுத்தடுத்த விரல்களையும் விரித்து பத்தாம் விரலையும் விரித்து முடிக்கையில், அசுர வேகத்தின் உச்சமாய்ப் புரவியாகிப்போனது மிதிவண்டி. அதன் கடிவாளம் என் இரு கைகளையும் ஒருசேரக் கட்டிவிட்டிருக்கிறது. புரவியைச் செலுத்துபவனாய்த் தோற்றம்தரும் நான் இழுத்துச் செல்லப்பட்டுக்கொண்டிருக்கிறேன்.

ஈ.

வரவேற்பறை மேஜையில் இருந்த டிவி ரிமோட்டை அவனாக எடுத்தானா அல்லது அதுவாகவே கையைக் கவ்விக்கொண்டதா என அவனுக்கே தெளிவில்லை. திடுமென அந்தக் குடியிருப்புப் பகுதியே அதிரும்படியான பெருஞ்சத்தம் அவனது அறையிலிருந்து வெளிப்பட, குடியிருப்புவாசிகள் அனைவருக்கும் கிலி சூழ்ந்தது. பயத்தில் யாவரும் ஒன்றுகூடி அவனது வீட்டுக் கதவை உடைத்தெறியாத குறையாய்த் தள்ளித் திறந்து உள்ளே சென்று பார்க்கையில் டிவி முன்பாக ரிமோட்டுடன் அவன் அமர்ந்திருக்கிறான். அவனது விரலோ அதில் புடைத்திருக்கும் கருநிறப் பொத்தானை மிகுந்த பதற்றத்துடன் அழுத்திக்கொண்டிருக்கிறது. திரண்டு வந்த மக்கள் பார்வையிலேயே அவனைத் துவம்சப்படுத்துவது தெரிந்துங்கூடச் சத்தம் குறையவில்லை. திரண்ட சனங்கள் அனைவரும் அவனைப் பைத்தியம் எனச் சபித்து வீட்டுக் கதவை அறைந்து சாத்தி வெளியேறுகின்றனர். இப்போது

சத்தம் இன்னும் அதிகரித்துவிட்டிருக்கிறது. அவமானத்தின் உச்சமடைந்தவன் சத்தத்தைக் குறைப்பதற்கான பொத்தானையே மீண்டும் அழுத்தினான். ஆனால் சத்தமோ கூடிக்கொண்டே போகிறது. டிவியை அணைப்பதற்கான சிவப்புப் பொத்தானும் சத்தத்தைக் கூட்டும் வேலையையே செய்தது. ரிமோட்டிலிருக்கும் அத்தனை பொத்தான்களும் சத்தத்தை அதிகரிக்கும்படியான இயக்கத்திலேயே இருந்தன. ரிமோட்டை ஓங்கி வீசியடித்தான். வீசிய இடத்தில் உடைந்த சில்லுகள் ஏதுமில்லாதபடி அவனது கையிலேயே அது உறைந்திருந்தது. வேதனையின் உச்சத்தில் முழு ஆற்றலையும் திரட்டிப் பெருங்குரலெடுத்து அழுதான். அந்த அழுகைச் சத்தத்தை டிவியிலிருந்து பீறிடும் பெருஞ்சத்தம் உண்டு செரித்துக்கொண்டிருக்கிறது.

உ.

அந்த கை நிகழ்த்திய பெருங்கொடூரங்களின் பட்டியல் விண்ணைத் தொட்டு முட்டி நிற்கவே இனியும் அதற்கு உடன்பட்டுவிடக் கூடாதென்ற அகவிழிப்பில் காத்திருந்து அயர்ந்ததொரு நொடிப்பொழுதில் அதன் மணிக்கட்டைப் புத்தம்புது பிளேடால் ஆழக் கீறியதில் முதலில் தெரிந்த வெண்மை மெல்ல மெல்லச் சிவப்பு நிறத்துக்கு மாறுகிறது. மணிக்கட்டு வெட்டுப்பட்ட அந்த கையைக் கட்டிலில் கிடத்தியதும் கசியும் உதிரப் பசையுடன் அறையிலிருக்கும் யாவற்றையும் பார்த்து ஆளுயர நிலைக்கண்ணாடியில் அதன் பார்வை உறைந்ததும் அதில் அந்த கையில் அட்டூழியங்கள் ஒன்றன் பின் ஒன்றெனத் தோன்றி மறைகின்றன. கட்டிலின் விளிம்பிலிருந்து சொட்டுச் சொட்டாய் வீழ்ந்துடையும் உதிரத் துளிகளை எறும்புகளும் இன்னும் சில பூச்சிகளும் இழுத்துச் சென்றுகொண்டிருக்கின்றன. அந்த கையின் வீழ்ச்சியை உலகிற்குப் பறைசாற்றும் விதமான ஓவியமொன்றினை வரையவே உதிரத் துளிகளை அவை இழுத்துச் செல்வதாக எண்ணியபடி வலியைப் பொறுத்துக்கொண்டு மெல்லப் புரண்டு படுக்கும் அது தன்னிடம் மீதமிருக்கும் கொடுஞ்செயல்களின் பட்டியலில் பார்வையைச் செலுத்தியதும் ஆவேசமாய் எழுந்து அமர்கிறது. அந்நேரம் குழந்தைகளை மட்டுமன்றி அனைவரையும் அச்சுறுத்தும்படியான ஓர் இடிச்சத்தம் வானத்தில் முளைக்கிறது.

ஊ.

அதற்கடுத்த இறுதித் தாளில் இதையெல்லாம் மெனக்கெட்டு வாசித்து முடித்த திருவாளர் பி, தனது நடுங்கும் கைகளால்

கோடைகாலத்தின் சாலை

ஒரு லட்டைச் சுவைக்கிறார். நெய்யில் முக்கியெடுத்த அதன் பெரும்பகுதியை இன்று அவர் தின்றுதீர்க்க வேண்டிய நிர்பந்தமிருக்கிறது. குதப்பி விழுங்கும் அவரது வாயில் சிக்கிக்கொண்ட ஒரு முந்திரிப் பருப்பு அரைபடாமல் அவரைப் பெருஞ்சிரமத்திற்கு உள்ளாக்குகிறது. திராட்சையோ மீதமிருக்கும் இரு பற்களிடையே சிக்கி இம்சிக்கிறது. மிச்ச வாழ்வென எஞ்சியிருக்கும் அந்த மஞ்சள் உருண்டையை வீசியடிப்பதற்கான வலிமையற்ற தனது குச்சிக் கைகளால் அதன் சுமையைத் தாங்கிக்கொண்டிருக்கும் அவர் உலகின் விழிகளுக்கோ லட்டு சாப்பிட்டுக்கொண்டிருப்பவர்.

பா. ராஜா

9

கோடைகாலத்தின் சாலை

இன்று விஜியைப் பார்த்தான். நினைவு தப்பிப்போய்க் கிடந்தவன் அதிலிருந்து மீண்டு உலகின் யாவற்றையும் புதிதாய்க் காண்பது மாதிரி உருண்டோடிய பத்தாண்டுகள் தனக்கே உரிய மர்மப்படலங்களோடு நினைவில் விரிந்திடும்படியாகத்தான் அவள் எதிர்ப்பட்டாள்.

சாலையெங்கும் உடல் மலர்த்தி நீண்டிருக்கும்படியான அவளது நினைவில் இறங்கி நடக்கிறான். கையள்ளத் தோதாய்க் கூறுகட்டி வைத்திருப்பதைப்போலத் தோற்றமளித்தாலுங்கூட விரலிடுக்கிலிருந்து பிதுங்கிக் கசியவே விரும்பும் அவற்றைப் பிடிக்குள் கொணரவே பெரும் பிரயத்தனப்பட வேண்டியுள்ளது.

வண்ணத்துப்பூச்சிகளின் றெக்கைகளை முறித்து வாகனத்தைச் சுற்றிலும் ரோஜாக்களெனச் சிறைபிடிக்கப்பட்டிருந்ததில் புதிர்த்தன்மையான மூக்குறிஞ்சலோடு ஏறி அமர்ந்து வேகமாய் அவள் கதவறைந்த நொடியில் றெக்கை முறிந்திருந்த வண்ணத்துப்பூச்சிகளில் சில ஜீவன் உதிர்த்தன.

புனிதப் பயணம் தொடங்கப்படும் முதற்கணத்தில் நாற்சக்கரங்களிலும் வைத்து

நசுக்கப்படும் கனியைப் போல மலர்கள் சூடிய அவ்வாகனப் புறப்பாடு அரூபமாய் ஏதோவொன்றை நசுக்கிச் செல்கிறது. அதில் பிதுங்கித் தெறித்த விதை வெகுதொலைவுப் பள்ளத் தாக்கில் விழுந்து உலகத்துக் கசப்பு யாவற்றையும் ஒன்று திரட்டும் வினோதக் கனிச்செடியாய் வளரத் தொடங்குகிறது.

ஒரு இசைஞன் தன் வாத்தியத்தை அவனுள் முரட்டுத் தனமாய் கையாண்டு உயிரை அதிரச்செய்த அன்றைய பொழுதில்தான் ஒரு தற்கொலைக் கவிதை தனது ரகசியத் திறப்பின் வாயிலாய் அவனை சுவீகரித்தது. உயிரை ஆற்றுப்படுத்தும் இதமான மணம் அங்கு நிறைந்திருக்கிறது. அமைதியின் தனித்துவமும் ஆசுவாசமும் பூரண வெறுமையும் நிரம்பியிருப்பதை உணர்ந்து அதனுள்ளேயே ஒருக்களித்துச் சுருண்டுகொள்ளும்படியான பேரவா அக்கவிதையில் தொங்கிக்கொண்டிருக்கும் தொட்டிச்செடி மலராய்த் தலையில் மலர்கிறது.

இந்தச் சாலை தன்னுடையதென்ற இறுமாப்பில் அந்நிய வருகையைக் குரைத்து நிறுத்தும் மனோபாவத்தில் இருந்தான். இன்று இச்சாலையில் அவளது வருகை குரல்வளையில் ஓர் உலோகப் பந்தை இட்டு நிரப்பி ஊமை யாக்கிவிட்டதில் விசும்பலின் உருளும் ஒலி மாத்திரமே சாத்தியப்படுகிறது.

கை நிறைய அணிவிக்கப்பட்டிருக்கும் வளையல்களின் மிகு ஓசையுடன் அலங்கரிக்கப்பட்ட வாகனத்தில் மிகச் சரியாய்ப் பத்தாண்டுகளை எடுத்துக்கொண்டுபோய் எங்கோ கிடத்திவிட்டு இன்று எதிர்ப்படுகிறாள்.

அவன் பார்ப்பது விஜிதானா? சந்தேகவுணர்வு உறுதிப்படுத்திக்கொள்ளத் துடிக்கிறது. ஆமாம், எதிர்ப்படுவது விஜியேதான். இப்போது என்ன செய்வதென்று தெளிவற்று ஒதுங்கும் கால்களின் கீழே காலாவதியான காதல் நதி கொதித்து ஓடுகிறது.

தெருவின் இறுதியிலிருக்கும் திருமண மண்டபத்துள்ளிருந்து உறவினரின் திருமணத்தின் குதூகலச் சாயலை முகத்திலும் மிளிரும் புத்தாடைகளை உடலிலும் அணிந்தபடி, அத்தனை மகிழ்வாய் உடன்வருபவளோடு பேசிச் சிரித்து, சாலையென்பதால் வாய்பொத்திப் பாதிச் சிரிப்பை மாத்திரம் உடைந்த நிலவென வெளியிட்டு . . . நிச்சயம் விஜியேதான்.

காலத்தின் சோர்வு நிழல் கால்களைத் தீண்டாதவாறு பாதங்களைப் பேணுவதில் அவள் எடுத்துக்கொள்ளும் அக்கறை இன்னமும் மெலிந்துவிடாதபடியிருக்கிறது. நிச்சயம் விஜிதான்.

எழிலாய்த் தோகை விரித்த மயில் உறைந்த பட்டுப் புடவைக்குள் புகுந்து சரசரக்கும் மயிலின் சிணுங்கலோசையோடு எதிர்ப்படும் அவளது முன் தென்படாமல் இந்த ஐந்தரையடி உடலை ஒளித்துவைத்துக்கொள்ள இடம் தேடுகிறான்.

புத்தம் புதிய இந்தப் பட்டுப் புடவை விஜிக்கு அத்தனை பொருத்தமாய் இருக்கிறது. விஜிக்காகவே பிரத்யேகமாய்த் தயாரிக்கப்பட்டிருக்கலாம் என்றும் விஜியின் தன்மைக்கு ஏற்றாற்போலவே அதில் பட்டும் ஜரிகையும் சேர்த்திருப்பதாய்த் தோன்றுகிறது. அதை நெய்தவன் காதல் வயப்பட்டுத் தன் காதலியின் நினைவில் திளைத்து அவளது பெயரைப் பிதற்றியபடியே நெய்திருப்பதின் நேர்த்தி விஜியிடமிருந்து வெளிப்படுகிறது.

அந்தப் புடவைப்பூவில் தேனருந்தும் ஒரு பட்டாம்பூச்சி புடவையிலிருந்து இடம்பெயர்ந்து அவனை நெருங்குவதாகவும் அப்பட்டாம்பூச்சியை விரட்டிப் பின்தொடரும் விஜி அவனைப் பார்த்துவிடுவதுபோலவும், அச்சமயம் அவளிடம் சிக்கிக்கொண்ட பட்டாம்பூச்சி தன் வண்ணங்கள் யாவையும் உதிர்த்துவிட்டிருப்பதைப் போலான கற்பனைக் காட்சியை மூளை உற்பத்தி செய்திருக்கிறது. அக்காட்சியின் வலு பட்டாம்பூச்சியை மிகக் கெட்டியாய்ப் பிடித்துக்கொண்டிருப்பதில் துடிதுடிக்கும் அதன் நிழலில் எறும்பு படபடத்து ஊர்ந்து செல்கிறது.

இப்போது விஜி அவனைப் பார்த்தாளென்றால் போயிற்று, எல்லாம் போயிற்று. பேரானந்தம் மிகுந்த அவளது மனப்பாத்திரத்தைத் துளையிட்டு வற்றிப்போகச் செய்யும் வன்மம் புரிந்தவனாகிவிடுவேனோ என்ற சங்கடம் பாதங்களை உப்புக் காகிதம் கொண்டு சுரண்டுவதில், பறத்தல் மறந்து முடங்கியிருக்கும் ஒரு பழைய பறவையின் உயிர் கூசுகிறது.

முன்னதாகவேத் தெரிந்திருந்தால் இதோ பூட்டு தொங்கும் கதவில் தொற்றிக்கொண்டு இன்னமும் யாராலும் தீண்டப்படாமலிருக்கும் செய்தித்தாளினுள் துண்டுப் பிரசுரமாய்ப் பதுங்கியிருப்பான்.

நூற்றாண்டு கால அகோரப் பசியுடன் நர மாமிசம் விழுங்கச் சலவாய் ஒழுகும் வாயுடன் விரையும் பள்ளி வாகனங்கள்

தாயின் கையிலிருந்து பிஞ்சுக் குழந்தைகளைப் பிடுங்கி வேட்டையாடுதலின் நீட்சியாய், இந்தத் திங்கட்கிழமை ஏற்கனவே புதன்கிழமையொன்றினால் வேட்டையாடப்பட்டுவிட்ட அவனை மீண்டும் வேட்டையாடுகிறது.

இச்சாலையில் தனது ராஜ்ஜியத்தின் அரூபக் கொடியினை இன்று நாட்டிவிட்டாள். புத்துணர்வுடன் பறக்கும் அது வதைபடும் துணிவிருந்தால் மாத்திரமே இனி இங்கு தடையின்றி வரலாம் என அசைகிறது. விஜியை மறக்க நிறையக் குடித்து, குடியை மறக்க எதனைக் குடிப்பதென்ற அவனது குழப்பம் நீங்கும் சமயம் மீண்டும் விஜி.

நாட்களின் நரைகோடுகள் முகத்தைக் கீறிட அவள் அனுமதிக்கவில்லை. அல்லது இத்திருமணத்தின் பூரிப்பு அந்நரைகோடுகளை நூலாக்கிப் பூத்தொடுத்துக் கூந்தலில் ஒளித்துவைத்திருக்க வேண்டும்.

முதன்முதலில் நேசத்தை வெளிப்படுத்தும் விதமாய் நீட்டிய கடிதம் அவன் நினைவில் இடறுகிறது. அழகானதொரு வாழ்த்து அட்டை பளபளக்கும் கண்ணாடி போன்ற ஒரு உறைக்குள் இருக்கிறது. மேலோட்டமாய்ப் பார்த்தால் கறுப்பு வெள்ளையிலும் உறைக்குள்ளிருந்து அட்டையை வெளியே எடுத்தால் பல வண்ணங்களில் தோற்றமளிப்பதாயும் தயாரிக்கப்பட்டிருக்கும் அதனை நீண்டநேரத் தேடலுக்குப் பின் கண்டடைந்தான்.

நீ தொட்டுத் திறக்கும்வரை என் வாழ்வு வெறும் கறுப்பு வெள்ளையாய்த்தானிருக்கும்; நீ திறந்தால் வானவில் என் வாழ்வில் வசமாகும் என்று ஒன்றின் கீழ் ஒன்றாய் எழுதிக் கொடுத்த பின் வருடங்களின் நூலாம்படை அவனது வானவில்லைத் தின்று செரித்துவிட்டிருக்கிறது.

பேப்பர் வெயிட்டைச் சுழற்றுகிறான். அதனுள்ளிருந்து புறப்படும் ஒளி மின்மினிகள் மேஜையைச் சுற்றிலும் வட்டமடித்து வசீகரிக்கின்றன. கொடுக்கப்பட்ட கடிதம் அங்கு நிகழ்த்தும் மாற்றத்தைத்தான் இங்கு இப்படி வெளிப்படுத்துகிறது என்று எண்ணிக்கொள்வதில்கூட ஆனந்தம் இல்லாமலில்லை. அங்கு அவள் தொட்டுத் திறந்து அவனது வாழ்வுக்கு வண்ணமடித்துவிட்டாள் என்பதையே மின்மினிகள் மீண்டும் மீண்டும் சிணுங்கின. அதே மின்மினிகளை விஜி இன்னமும் தனது கட்டுப்பாட்டில் வசப்படுத்திவைத்திருக்கிறாள் என்பதை அவளது வசீகரம் தெரிவிக்கிறது.

குண்டூசியின் சொருகலுக்கு வெளிப்படும் விரல் நுனியின் சிறு சிவப்புப் புள்ளியைப் பழுத்த மாம்பழமென ரூபந்தரும் ஒரு உண்டியலின் குறுக்குவெட்டான தலைப்பிளவில் நாள் தவறாமல் சேமித்த காதலெல்லாம் இனி செல்லாது என்ற அறிவிப்பு வாசகங்களைச் சுமந்த விஜியின் திருமணப் பத்திரிகை கதவிடுக்கின் துளையில் நுழைந்து, உள் விழுந்த அதிர்வில் கனிந்த உண்டியல் நொறுங்கிச் சில்லுகளாகி வீட்டைப் பெருநடுக்கத்துக்கு உட்படுத்தியது. அன்றைய நடுக்கம் அதன் தொடர்ச்சியை இன்றைய தினத்தின் முதுகில் தொற்றவைத்திருக்கிறது.

கையில் மீதமிருந்த திருநீற்றை அவள் கோயில் வளாகத் தூணில் கொட்டியதும் அதையள்ளி நெற்றியில் பூசிக்கொண்டதை அவளிட்ட முத்தமென்றே நெற்றி கூவியது. எதிர்பாரா ஒரு நொடியில் வாழ்வைத் தடம்புரளச் செய்துவிடும்படியான அந்த அரூப முத்தத்தை முன்பொருநாள் எதிர்கொள்ள நேரிட்டது அவன் நினைவுக்கு வருகிறது. காத்திருந்ததின் ஏக்கத்தையும் பிரியத்தின் வெதுவெதுப்பையும் நிலையாமையின் புதிர்த்தன்மையையும் அது கொண்டிருந்தது. வாழ்வைத் தடம்புரளச் செய்யும் முத்தத்தைக் காலத்தில் மலர்ந்த இதழ்கள் தயாராகவே வைத்திருக்கின்றன எப்போதுமே.

இன்றெனப் பார்த்து அவன் ஏன் இப்பக்கம் வர வேண்டும். கழிப்பறை பழுதாகி அதனைச் சரிசெய்ய முடியாத அவனது இயலாமையை அது துர்நாற்றமாய் வெளியெங்கும் பரப்பிக்கொண்டிருக்க, பொதுக் கழிப்பிடத்தைத் திருமண மண்டபத்துக்கருகில் கட்டியது யார்? இங்கிருந்து நழுவியோடி கழிப்பறைக்குள் புகுந்தாலோ அதன் சுவரிலிருக்கும் கோட்டுச்சித்திரங்கள் இன்று கூடுதலாய்ப் பரிகசிக்குமே எப்படிச் சமாளிப்பான்?

முழுமுற்றாய் விஜியின் ஒட்டுமொத்த நினைவுகளும் இன்றைய தினத்தின்மீது சூழ்ந்து இயல்பைக் குலைக்கின்றன. இங்கிருந்து போய்விட வேண்டும் என்பதே இக்கணத்தின் தேவையாயிருக்கிறது. ஆனால் போவதற்கு முயன்றால் அவள் பார்த்துவிட வாய்ப்புண்டு. இப்போது என்னதான் செய்வது? இச்சாலை நிச்சயமாய் அவனது கால்களை ஏதோவொரு மதுவிடுதி முன்தான் நிறுத்தும்போலத் தெரிகிறது. இன்று என்ன ஆவானோ?

விஜி தனது உறவுப் பட்டாளங்களோடு இதோ அவனைச் சமீபித்து அவளது நிழல் அவன்மீது படர்ந்து பிறாண்டும்படியாகக் கடந்து போகிறாள். உறையத் தொடங்கியிருந்த அவனது

கால்களுக்கு உயிரூட்ட இதுதான் தருணம். கழுத்தை ஒரே பக்கமாய் வைத்திருந்ததில் அது தன் இயல்புக்கு வரச் சற்றே முரண்டு செய்கிறது. நடையில் துரிதம் கூட்டினான். சாலையின் இறுதியில் திருமண மண்டபத்துக்கு அருகில் மிகப்பெரிய அளவிலான பிளக்ஸ் பேனரில் மணமக்கள் சிரித்த முகத்துடன் காட்சி தந்துகொண்டிருப்பதில் மனது லயிக்கவில்லை.

ஏதேனும் விபரீதம் நிகழ்ந்து இங்கிருக்கும் அத்தனை பேரின் மகிழ்ச்சிக்கும் பங்கம் ஏற்பட்டுவிட்டால்தான் என்ன என்ற சிந்தனை அவனது மனதில் குரூரமாய் வலுப்பெற்றுக்கொண்டிருக்க, சாலையைக் கடந்து திருமண மண்டபத்தை விட்டு அகன்று உடைந்துபோன அன்றைய தினத்தின் துணுக்கைச் சுமந்துகொண்டு விரைந்து செல்கிறான்.

உடைந்த அத்துணுக்கு சட்டென முறிந்த பழுத்த மரத்தின் ஒழுங்கின்மையுடன் வடிவ நேர்த்திக்கு நேரெதிராய் இருந்தது. பார்க்கவே பிடிக்காத அதனைச் சுமந்து செல்ல நேர்ந்ததில் சாலையெங்கும் துயரத்தின் வடு.

பேசும் புதிய சக்தி, தீபாவளி மலர் 2019

10

ஆறு விரல் பெருமாள்

“பெருமாளுக்கு விபத்தாயிப்போச்சாம் தெரியுமா?”

“ எந்தப் பெருமாளுக்கு?”

“ நம்ம ஆறு விரல் பெருமாளுக்குத்தான்.”

“ எப்பிடியாம்?”

“ தெரியல.”

விஷயம் வாய்வழித் தகவலாய் மெல்ல மெல்லப் பரவியது.

“ ஏற்கனவே ஆளு தண்ணி கேசு. எதுல போயி முட்டிக்கிட்டானோ.”

“பொண்ணு ஓடிப்போயி கல்யாணம் கட்டிக்கிட்டப்பருந்தே ஆளு செரியில்லப்பா.”

ஆளாளுக்கு ஏதேதோ பேசிக்கொண்டார்கள்.

பிறக்கும்போதே பெருமாளுக்கு வலது கையில் ஆறு விரல்கள் இருந்தன. பிரசவம் பார்த்த கிழவி முகத்தில் பிரகாசத்தோடு அதிர்ஷ்டகரமான குழந்தை எனச் சொல்லிப் புகழாரம் சூட்டிக் கூடுதலாய்ச் சற்றுப் பணம் பெற்றுக்கொண்டதை, அவரது தந்தை பெருமாளிடம் கூறித் தமாஷாகப் பகிர்ந்துகொள்ளுவார்.

கிழவியின் கூற்றுப்படி இந்த நாற்பத்தைந்து ஆண்டுகளில் அவரது வாழ்வில் அப்படியொன்றும் அற்புதங்கள் நிகழ்ந்ததாய்த் தெரியவில்லை. கூலி வேலையான தறித்தொழில்தான். மெத்தப் படிப்பு

என்று ஏதுங்கிடையாது. தினத்தந்தி படித்தே ஏராளமான பொது விஷயங்களையும், சினிமாத் தகவல்களையும், விரல் நுனியில் வைத்திருந்தார். விடுதலைப் புலிகளின் தலைவர் பிரபாகரன்மீது எதனாலோ அல்லது எப்படியோ மிகுந்த ஈர்ப்பு உண்டாகியிருந்தது பெருமாளுக்கு. அடிக்கடி அவரைப் பற்றி உயர்வான தகவல்களாய்த் தறிக்காரர்கள் மத்தியில் பேசிக்கொண்டேயிருப்பார். அந்த அபிமானத்தில்தான் பிள்ளைக்குப் பிரபாவதி என்றும் பெயர்வைத்தார்.

இரண்டே பெண் குழந்தைகள்தான். பெரியவள் பிரபாவதி. அடுத்தவள் மைனாவதி. கூலி வேலை, குடும்பக் கஷ்டம், பற்றாக்குறை என எத்தனை இடர்ப்பாடுகள் வந்தபோதிலும், பிள்ளைகளைப் படிக்கவைப்பதில் குறியாக இருந்தார். மூத்தவளைக் கல்லூரி வாசலை மிதிக்கவைத்திருப்பது அவரது சாதனைதான். மட்டுமின்றி அவர் வம்சாவளியில் இத்தலைமுறை கல்வியில் முன்னேற்றம்.

ஆண் குழந்தைகள் இல்லை. பிரபாவதிக்கு மிகுந்த செல்லம். மகளுடனான அவரது தோழமைக்கு ஊரே பொறாமை கொள்ளும். அந்தப் பிரபாவதிதான் அவர் துளியும் எதிர்பாராத அக்காரியத்தைச் செய்தாள். பெண்பிள்ளையை வளர்க்கத் தெரியவில்லை என்னும் ஏச்சுக்கு ஆளானார். இதுவரை மிதித்தேயிராத காவல் நிலையப் படியினை மிதித்தார். ஏற்கனவே பழக்கமிருந்தாலும் தற்போது அதனால் சற்று மிகுதியாகவே குடித்தார்.

அவரைப் பெருமாள் என்று சொன்னால் சட்டென யாருக்கும் தெரியாது. ஆறு விரல் பெருமாள் என்றால்தான் புரியும். அந்த அளவுக்கு அந்த ஆறாம் விரல் அவரது அடையாளமாய் மாறியிருந்தது. சுண்டுவிரலுக்குப் பக்கத்திலேயே பிடிமானமற்றுத் தொங்கிக்கொண்டிருக்கும் அது, அவர்கையைநீட்டிப்பேசும்போதோ அல்லது வேறு ஏதேனும் செய்யும்போதோ, தனியாய்த் தன் அது அதன் போக்கில் நடனமாடிக்கொண்டிருக்கும். கோவைக்காய் அளவே இருக்கும் அது செடியில் தொங்குவதைப்போல், நூல்போன்ற மெல்லிய நுனியில் தொங்கிக்கொண்டிருக்கும்.

தறியில் வேலை செய்யும்போது நூல் அதில் போய் மாட்டிக்கொள்ளும். பார்ப்பவருக்கே சிரமமாயிருக்கும். ஆனால் அவர் அதைச் சிரமமாக எடுத்துக்கொண்டதில்லை. தறி இரண்டையும் ஓட விட்டுவிட்டு, அது ஓடிக்கொண்டிருக்கும் சிறிது நேரத்துக்குள் டச் போனில் எதையோ விரலால் தொட்டுத் தொட்டு நோண்டும்போது, அச்சிறு விரலும் எதையோ தொட எம்பி எம்பிக் குதிப்பதுபோலிருக்கும்.

கோபமாகவோ அல்லது ஆவேசமாகவோ அவர் கையை ஆட்டியோ நீட்டியோ பேசும்போது அந்த ஆறாம் விரல் காட்டும் ஜாலம் பார்ப்பவருக்குக் குதூகலமாய் இருக்கும்.

"ரெண்டும் பொண்ணாப் போச்சேப்பா உனக்கு" என்று யாராவது பேசினால் ,

"அடப்போய்யா இங்கப் பாத்தியா" என ஆறாம் விரலைக் காட்டுவார்.

ஒருநாள் வேலை முடிந்து வீட்டிற்குச் சென்று நன்கு உறங்கிக்கொண்டிருந்தவரை மனைவி அவசர கதியில் எழுப்பினாள். கண் விழித்ததும் எதிரில் தலைவிரிகோலமாய், பதற்றமாய், "பெரியவளைக் காணங்க" என்கிறாள்.

தூக்கமாவது ஒண்ணாவது . . . விருட்டென எழுந்தார். என்ன செய்வதென ஏதும் புரியவில்லை. கத்திக் கூப்பாடு போட வேண்டுமா. ஒவ்வொரு தெரிந்த வீடாய்த் தேடிப்பார்க்க வேண்டுமா. இல்லை அமைதியாய்ச் சற்றுத் தாமதப்படுத்த வேண்டுமா. காவல் நிலையம் செல்ல வேண்டுமா என அந்த அதிகாலையில் அவருக்கு ஒன்றும் விளங்கவில்லை.

வாசலில் வேன் ஒன்று வந்து நிற்கும் சத்தம் கேட்டதும் லேசாக இருவரும் எட்டிப் பார்த்தனர். எதிர்வீட்டுப் பையனும் பிரபாவதியும் மாலையும் கழுத்துமாய் அதிலிருந்து இறங்குகின்றனர். அவர்களைத் தொடர்ந்து பையன் வீட்டு ஆட்கள் இருபது முப்பது பேர் இறங்குகின்றனர். நடக்கும் எதையும் அவர்களால் ஜீரணிக்க முடியவில்லை.

என்ன நடக்கிறது. யாருக்குத் திருமணம். இது ஏதாவது கனவா. மணமக்களாய் ஜோடியாய் ஆரத்திக்கு நிற்கும் பிரபாவதி. இரவு இங்குதானே ஒன்றாய் உறங்கினோம். எப்போதிருந்து இந்த ஏற்பாடுகள் நடந்தன. யோசிக்க யோசிக்க அவருக்கு மண்டையே வெடித்துவிடும்போல் இருந்தது.

ஓரிருவர் போலீசில் புகாரளிக்கச் சொன்னார்கள். அவர் பிரமையிலிருந்து விடுபடவேயில்லை. அவரை மீறி ஏதேதோ நடந்துகொண்டிருந்தது. பொண்ணும் மேஜர், பையனும் மேஜர், சேர்த்துவைச்சிட்டுப் போங்க ஏன் பிரச்சினை செஞ்சிக்கிட்டு என பஞ்சாயத்துப் பேசினார்கள்.

அவருக்கு அப்போது நெப்பு நெகா இல்லாமல் குடிக்கணும் எனவும் கிடைத்தால் கொஞ்சம் விஷத்தையும் அதில் கலக்கணும் எனவும் தோன்றியது.

ஒரு மாதம் கடந்தோடிவிட்டிருந்தது. குடியிருந்த வீட்டைக் காலி செய்துவிட்டு வேறு ஏரியாவுக்கு வந்திருந்தனர். அவர் இன்னும் தறிக்குத் திரும்பவில்லை. பித்துப்பிடித்தாற்போலவே இருந்தார். இப்போது விபத்துவேறு.

விபத்திற்குங்கூட அவரோ அல்லது அவரின் குடியோ காரணமாயிருக்கவில்லை. ஆட்டோவும் ஆட்டோவும் மோதி யிருக்கின்றன. அதில் ஒன்றில் அவர் பயணம் செய்திருக்கிறார். ஆட்டோ கவிழ்ந்ததில் அதிர்ஷ்டவசமாக லேசான காயங்களோடு உயிர் தப்பினார்.

தலையில் காயம். காலில், தோள்பட்டையில் பலத்த சிராய்ப்பு. மேலும் அந்த விபத்தில் அவரது அந்த ஆறாம் விரல் துண்டாகிப்போயிருந்தது.

அவரை மேலும் துயரம் சூழ்ந்தழுத்தியது. அடுத்தடுத்து நடந்த இச்சம்பவங்களால் மேலும் அதிகமாய் பாட்டில்களை உள்ளனுப்பத் தொடங்கிவிட்டிருந்தார்.

“இப்பிடியே இருந்தீன்னா எப்பிடி பெருமாளு, இன்னொரு பொண்ணிருக்கா, அத நெனச்சிப்பாத்தியா. வேலைகிட்ட வந்தாதாம்பா புத்தி மாறும். இல்லாட்டா இப்பிடியேதான் திரியச் சொல்லும். வருமானமில்லாம எத்தன நாளைக்கி இப்பிடியே இருக்க முடியும் சொல்லு பாக்கலாம். ரெண்டு நாள் உட்டுட்டு திங்கக்கிழமையிலயிருந்து தறிக்கி வரப்பாரு அவ்ளோதான் சொல்லுவோம்” என்று ஏரியா ஆட்களும் தறி நண்பர்களும் அவரைத் தேற்றினர்.

வந்தவர்கள் பேசிக்கொண்டிருக்க விரலற்ற கையின் வெறுமையையே வெறித்துப் பார்த்துக்கொண்டிருந்தார்.

மனைவியும் அவர்களோடு சேர்ந்து அதையே பேசிக் கொண்டிருந்தாள். ஒரு கட்டத்துக்குப் பிறகு ‘சரி வருகிறேன்’ எனும் விதமாய்த் தலையசைத்தார்.

இரண்டு நாட்கள் சென்றன. சொன்னபடியே திங்கட்கிழமை காலை ஷிப்டுக்கு வேலைக்கு வந்திருந்தார் பெருமாள். ஆனால் அவரது முகம் ‘ஆறு விரல் பெருமாள்’ முகம்போல இல்லவே இல்லை.

***நடுகல்*, அக்டோபர் 2018**

11

கொடுக்கல் வாங்கல்

அன்றைய தினம் நிறைய வஞ்சித்து விட்டது. ஏதாவது செய்தாலன்றி மனம் ஆறாது. புரோட்டா மாஸ்டர் மாவு துவைக்கும் கல்லாய் இருண்டு நீளும் தினத்தின் நாலா மூலையில் ஏதோ வொன்றைப் பின்னப்படுத்தித்தான் ஆற்றுப்பட வேண்டும். உள்ளங்கை தோதுப்படாது, உரிய கருவியோ ஆயுதமோ வேண்டும். தேடிக்கொண்டி ருக்கும்போது வீதியில் எம்80இல் கட்டிக்கொண்டு வெங்காயம் விற்கும் நரைகேச முதியவர், என்றுமில்லாமல் இன்றுமட்டும் துணுக்குவாங்கலியோ துணுக்கு என்று நகைப்போடு கூவுவது ஏனென விளங்கவில்லை.

நண்பர் தர்மலிங்கத்தின் செயலால் மிகவும் சலிப்படைந்திருந்தார் மாதேஸ்வரன். தவறு அவருடையதுதான். அதையே அவரது மனைவி இருபதுக்கும் மேற்பட்ட முறை சொல்லிச் சொல்லி ஓய்ந்திருந்தாள். இருபத்தைந்து ஆண்டு கால நண்பர், உன்னைவிட என்னை நன்கு புரிந்தவர் என மனைவியிடம் முன்பு சவடால் பேசியதெல்லாம் கேள்விக்குள்ளானது.

சென்ற வாரங்கூட தர்மலிங்கத்தின் மீதான ஒரு குற்றச்சாட்டுக்கு அதை அப்படிச் சொல்வதுங்கூடப் பிழையாகும் என்று சொல்லி, அவர் தரப்பு சிரமங்களையும் சிக்கல்களையும் எடுத்துக் கூறி நண்பருக்கு ஆதரவாகவே பேசினார்.

“நீங்க என்னா வேணா சொல்லுங்க, தருமலிங்கம் ஒன்வே ரூட்டாத்தான் போறாப்ல. வாங்கறதுல மாத்தரம் கெட்டிக்காரத்தனமா இருக்காப்ல, திருப்பித் தர்றதுலயும் அதைச் செஞ்சாருன்னாக்காதான் பரவாயில்லையே! இங்க நாம கூடிப் பேசத் தேவையில்லையே. ஒரு ஆத்தர அவசரத்துக்கு பத்து வட்டிக்குக்கூடக் கடன் வாங்கறதுதான். ஆனா கடைசீல கசப்பை ஏற்படுத்திக்கிட்டா அது என்னா பலக்கம்” என்றார் கூட்டத்தில் ஒருவர்.

கூட்டமென்றால் பெருங்கூட்டமோ கூடாரமோ சபையோ இல்லை. நான்கைந்து பேர் ஏரிக்கரை முனியப்பன் கோயில் திட்டில் கூடியிருந்தனர். அதுவும் திட்டமிட்டெல்லாம் இல்லை. ஞாயிறு காலையில் இளவட்டப் பயலுகள் ஏரியில் மீன் பிடித்து விற்பனை செய்வார்கள். பெரும்பாலும் ஜிலேபி மீன்கள்தான் கிடைக்கும். விலையும் கறாராகச் சொல்லமாட்டார்கள். வந்தது வரட்டும் என்று சகாயமாய் மீன் மார்க்கெட் விலையைவிடவும் குறைத்துத் தருவான்கள். பத்து ரூபாய் கூடக் கொடுத்தால் போதும், மீன்களைக் கழுவிச் சுத்தப்படுத்தியும் கொடுத்துவிடுவான்கள். மீன் வாங்க வந்திருந்த ஒரு சமயத்தில்தான் அவர்கள் அன்று கூடிப் பேசிக்கொண்டிருந்தனர். இவர்களைத் தொடர்ந்து மீன் வாங்க இன்னும் நிறைய ஆட்கள் நின்றுகொண்டிருந்தனர்.

“முன்னெல்லாம் நெறயா மீனுக மாட்டுவாளுக, ஒரு தபா வலை வீசுனா நாலஞ்சு கிலோ கிடைக்கும். இப்ப கொறஞ்சிருச்சி. ரெண்டே சிக்க மாட்டங்குது” என்றவாறே இன்னொரு மூச்சு வலையைத்தூக்கிக்கொண்டு கரையோரம் கவனமாய் கால்வைத்து ஏரிக்குள் இறங்கினான் அந்த இளைஞன். கருத்த தேகம். இடுப்பில் ஜட்டி மட்டும். அரைஞாண் கயிற்றில் மீன் வடிவில் இரண்டு தாயத்துகள் நசுங்கிக் கருவாடாகக் காட்சி தந்தன.

முன்பு ஒரு சமயம் பார்த்து தர்மலிங்கத்திடம், “யோவ் ஏய்யா இப்பிடியெல்லாம் பிரச்சினை உண்டாகற மாதிரி நடந்துக்குற. கலியாண வயிசுல பொம்பள பிள்ளைங்கள வச்சிக்கிட்டு இந்த மாதிரி இருந்தா நாளைக்கி குடும்பத்தப் பத்தி விசாரிச்சா எப்பிடி நம்மூட்ல ஒரு நல்லது கெட்டது நடக்குறது. வரவு செலவு வச்சிக்கறதுல ஒரு நேர்த்தியக் கொண்டாந்துட்டாக்கா இப்பிடி எவனாச்சும் பேசுவானா. வாங்குனா குடுக்குறதில்ல. குடுத்தவன் செத்துட்டா யாருக்குத் தெரியப்போவுதுன்னு குடுக்காமலேயே உட்டுறதுன்னு என்னென்னா பேச்செல்லாம் கௌம்புது பாத்தியா. என்னாத்துக்கு இந்த மாதிரி பேச்சுக்கெல்லாம் எடம் குடுக்குற?” என்று பேச்சை நிறுத்தினார். அங்கிருந்து பிடித்துக்கொண்டார் தர்மலிங்கம்.

“யோவ் போய்யா உனக்கென்னா தெரியும். இன்னிக்கி எவன் ஒழுங்கு என்னைய பேச வந்துட்டானுங்க. சும்மாவா குடுக்குறானுங்க வட்டி வாங்கல? ஏதோ குடும்ப கஷ்டம், ரெண்டு மூணு மாசம் வட்டி நிக்குதான். அதப்போயி பெருசாப் பேசனா எப்பிடி. கொஞ்சமாச்சம் மனசாட்சி வேணும் ”

“யோவ் நாஞ்சொல்றத நீயி தப்பா புரிஞ்சிக்கிற. வட்டிக்கி பணம் குடுக்குறவங்கிட்ட நீ எந்த மனசாட்சிய இல்லாட்டா காருண்யத்த எதிர்பார்ப்ப சொல்லு. அவங்களுக்கு அதெல்லாம் முக்கியமில்ல. இப்பவும் நான் உன் நன்மைக்குத்தான் பேசறன். அவங்கள்ல ஒருத்தனா என்னைய நெனச்சி எதுக்கு சலிச்சிக்குற? இப்பிடியெல்லாம் இருக்குது, பேச்சு வருது, சரிப்படுத்திக்கோன்னா எம்மேலயே ஏற்ர. வேற ரெண்டொரு விஷயமும் காதுக்கு வந்துச்சி. என்னாத்துக்கு அதெல்லாம். கொஞ்சம் சரிப்படுத்திக்கப்பாரு, அவ்ளோதான்”.

அதன் பிறகு சாலையில் எதிர்ப்பட்டால்கூட மாதேஸ்வரனைப் பார்த்தும் பார்க்காதது மாதிரி செல்வது அல்லது லேசான எள்ளல் பொருந்திய சிரிப்பொன்றைச் சிந்திச் செல்வதையும் வழக்கமாக்கிக்கொண்டிருந்தார் தர்மலிங்கம்.

பிறிதொரு சமயம் தடத்தில் எதிர்ப்பட்டவரை மறித்து, அவர் என்ன வேலையாய் செல்கிறார், ஏதேனும் அவசர காரியமா என எதைப் பற்றியும் சிந்தனை இல்லாதவராய்,

“யோவ் அன்னிக்கி என்னமோ வேற ரெண்டொரு விஷயமும் காதுக்கு வந்துச்சுன்னியே அது என்னாது?”

“ஏன் சொன்னா அங்க போயி சண்டைக்கி நிக்கறதுக்கா?”

“யோவ் சும்மா சொல்லுய்யா” என்று இளித்தார்.

“இன்னொரு நாளைக்கி பேசிக்கலாம்யா. கொஞ்சம் அவசர வேலையிருக்கு.”

மாதேஸ்வரனை அப்போதும் அவர் விடாமல் தொடர்ந்து நச்சரித்தார்.

“அப்பிடி என்னதான் பேசிக்கிறாங்க என்னையப் பத்தி”?

“ம்… நீயி சரியான ரிட்டனர் இல்லன்னு பேசிக்கிறாங்க போதுமா” என்றார் எரிச்சலுடன்.

“அப்பிடின்னா?”

“இந்த இங்கிலீஷ்ல ஷார்ப்னர், ஓப்பனர்னு சொல்றாப்ல வாங்கினதை சரியா திருப்பித் தராததால சரியான ரிட்டனர்

இல்லைன்னு பேச்சு." இதைக் கேட்டு தர்மலிங்கம் சினமடைவார் என்றுதான் நினைத்தார். ஆனால் அவரோ அதற்கும் இளித்தார்.

அதன் பின் ஒருநாள் மாலை "இருக்காப்லயா..?" எனக் கேட்டபடியே நுழைந்தார். "வாய்யா என்னா காத்து இந்தப் பக்கம் வீசுது" என்று வரவேற்றார் மாதேஸ்வரன். "பக்கத்துல ஒரு கெடா விருந்து. சரி அப்பிடியே உன்னையும் பாத்துட்டுப் போலாம்னு வந்தேன்" என்றார்.

மாதேஸ்வரன் பேச்சைத் தொடங்கும் முன் "சரி ஒரு பையிருந்தாக் குடு, விருந்து வூட்ல ஏகப்பட்டது மீதியாயிப் போச்சி வீட்டுக்கு வேணும்னா கொஞ்சம் எடுத்துட்டுப் போங்கன்னாங்க. அவங்ககிட்டயே பையி கேட்டா எப்பிடின்னுதான் இங்க வந்தேன். கேரி பை மாதிரி இருந்தாக்கூடப் போதும். வீணாப்போறது கொண்டுட்டுப்போனா ராத்திரிக்கி ஏதுஞ்செஞ்சிட்டிருக்க வேண்டியதில்லபாரு."

சமையலறைக்குச் சென்று சுற்றுமுற்றும் பார்த்தவர் அந்த ஓயர் பையையும் அதிலேயே படி வடிவிலான மூடி கொண்ட இரு பாத்திரங்களையும் வைத்து தர்மலிங்கத்திடம் நீட்டினார். வாங்கியவர் விருட்டெனக் கிளம்பினார்.

பத்து நாட்கள் ஓடியிருந்தன. அவரும் மறந்தேவிட்டிருந்தார். மனைவிதான் புலம்பலாய்த் தொடங்கி, "கடைக்கி எடுத்துட்டுப் போக வர வாட்டமா இருந்தது அது ஒண்ணுதான்" எனக் கூறியதும் அந்த ஓயர் கூடைமீது அவரின் ஒட்டுமொத்தக் கவனமும் குவிந்தது. அதைப் பின்னி உருவாக்கியதே அவர்தான்.

பால்யத்தில் கற்றுத் தேர்ந்த அக்கலையை வாலிபத்தில் முயன்று பார்த்தார். அவ்வேளையில் கற்றுக்கொடுத்த கலைமணி அக்காவின் முகம் நினைவில் வந்து போகும். தனது தனிமை, ஏக்கம், விரக்தி, விசும்பல் என ஒவ்வொரு உணர்ச்சியையும் அதன் ஒவ்வொரு பூவிலும் மலர்த்தினார். ரகசியமாக நள்ளிரவில் அதை உருவாக்கினார். அது முழு வடிவம் பெற்றதும் அவருக்குள் அப்படியொரு பூரிப்பு. பெருமகிழ்வு. கடலைப் புரட்டிச் சாதனை படைத்ததாய்ப் பெருமிதம்.

கலைமணி அக்கா இப்போது எங்கே இருக்கிறாள் எனத் தெரியவில்லை. தெரிந்தால் இதைக் காண்பித்துப் பூரிப்படைய ஆசை கொண்டார். அந்தப் பைக்கு அக்காவின் பெயரையே சூட்டினார். பை தயாரான பிறகும் அதைப் பயன்பாட்டுக்கு எடுத்துக்கொள்ளாமல் காட்சிப் பொருளாகவும் தனது சாதனையின் சின்னமாகவும் வைத்திருந்தார். திருமணமான கொஞ்ச நாளில் நான்தான் அதை உருவாக்கினேன் என

மனைவியிடம் கூறியதும் முதலில் அவள் அதனை நம்ப வில்லை. பிறகுதான் ஒப்புக்கொண்டாள். அதற்கென மெச்சிக்கொள்ளுவதோ அல்லது பெருமிதமாய் எண்ணுவதோ அவளது முகக்குறிப்பில் தவறியும் தோன்றுவதில்லை.

பால்யகால நண்பன் என்பதால் தர்மலிங்கத்திற்கேகூட அது தெரியும். அவரிடமே கூறியிருக்கிறார், “இதிலிருக்கும் பூ ஒவ்வொண்ணும் லட்ச ரூவாடா” என்று. பையை அலட்சியமாய்ப் போட்டு வைத்திருந்தால் கெட்ட வார்த்தையால் திட்டுவார். சமயங்களில் தனது மேசைமீது வைத்துக்கொண்டு அதையே இமைக்காமல் பார்த்துக்கொண்டிருப்பார். அதிலிருக்கும் ஏதோவொரு பூவில்தான் அல்லது பூவாய்தான் தன் காதலி இருப்பாள், அதன் அருகிலுள்ள பூவில் தனது பால்ய காலம் இருப்பதாகவும் அதற்கு மேல் பூவில் இருந்து கலைமணி அக்கா தங்களை ஆசிர்வதிப்பதாகவும் தோன்றும்.

அதோ இதோவென இன்று நாற்பத்தி மூன்றாவது நாள்! இன்று தருவார், நாளை தருவார் என எதிர்பார்த்ததில் ஏமாற்றமே மிச்சம். மனைவியின் நச்சரிப்போ அதற்கு மேல். பொறுமை இழந்தவராய் நேரில் போய் கேட்டேவிடுவதென முடிவெடுத்து ஒரு ஸ்டாப் தள்ளியிருக்கும் தர்மலிங்கத்தின் வீட்டை அடைந்தார். வாசலிலேயே ஏதோ சலசலப்பு, கூச்சல்.

உள் நுழைந்தவர் வேறு எதையோ பேசிக்கொண்டிருந்து விட்டுச் சிறிது நேரம் தொலைக்காட்சியை நோட்டம் விட்டு விட்டுக் கிளம்ப எத்தனித்தவாறே,

“அந்தப்பைய குடுத்தீன்னா பரவால்லய்யா” என்றார்.

“எந்தப் பையி...”?

“...”

“ஓ... அதை இன்னும் நீ வாங்கிட்டுப்போவுலியா” என்றபடி தர்மலிங்கம் தனது மனைவியை அழைத்து விஷயத்தைச் சொன்னார். அவள் மிகவும் அசுவாரஸ்யத்தோடு, “இங்கதான் எங்கியாச்சும் கெடக்கும், தேடி எடுத்துக் குடுங்க” என்றாள். மாதேஸ்வரனுக்குக் கோபம் பற்றிக்கொண்டு வந்தது. காட்டிக்கொள்ள முடியவில்லை.

“ஏய்யா பைய்ய எப்ப குடுத்துட்டு எப்ப வந்து கேக்கற, ரெண்டு நாள்ள வந்து வாங்கீட்டுப் போறதில்ல. என்னா ஆளுய்யா நீயி. யாராச்சும் எடுத்துட்டுப்போனாங்களான்னும் தெரியலியே” என ஆசுவாசமாய் பதில் சொன்னார்.

“யோவ் தர்மலிங்கம், இது உனக்கே நியாயமாப்படுதா? வாங்கிட்டுப்போன பொருளக் கேட்டாக்கா இப்பிடி பதில் பேசற. நீயா கொண்டாந்து குடுக்குறது மொறை. சரி அது முடியல. நானா வந்திருக்கேன் எடுத்து வச்சிருந்து தர்றது மொறை. எல்லாத்தையும் உட்டுட்டு வாங்கிட்டுப்போக வந்த எம்மேலயே என் முன்னாடியே வந்து வாங்கிட்டுப்போவலன்னு திருப்பிவிடறியே அநியாயமா இல்ல இதெல்லாம் உனக்கு” என்று சினந்தார்.

“சரி உடுய்யா, கோவப்படாத. பாத்தரத்த இப்ப எடுத்துட்டுப்போ, பையைத் தேடி எடுத்து வைக்கிறேன் நாளமின்ன வந்து வாங்கிட்டுப் போ.”

“இல்ல இல்ல பையைத் தேடி எடுத்து வைய்யி. ஒட்டுக்காவே வாங்கிக்கிறேன். நீயெல்லாம் ஒரு ஆளு” என்று முணுமுணுத்தபடி விருட்டெனக் கோபமாய் வெளியேறினார்.

வீடு வந்துசேர்ந்தும் மனமே கொள்ளவில்லை. மனைவியிடம் சொல்லிப் பகிர்ந்துகொண்டாலோ மேலும் மனக்காயம்தான் ஏற்படும். சரியாய் சாப்பிடவும் தோன்றாமல் ஒரு டம்ளர் பால் மாத்திரம் குடித்துவிட்டுப் படுத்துக்கொண்டார். நெடுநேரமானது தூக்கம் பிடிக்க.

விடியற்காலை மனைவி எழுப்பியதும் எழுந்தமர்ந்து குழப்பமாய் கடிகாரத்தைப் பார்த்தார்.

“கொஞ்சம் வாசல்ல வந்து பாருங்க” என்று சொல்லிவிட்டு மனைவி முன் நடக்க, லுங்கியைச் சரிசெய்து கட்டியவாறே பின் தொடர்ந்தார். வாசலில் அந்த இளங்காலையில் அவரின் பையும் பாத்திரங்களும் கோலமிடும் இடத்தில் இரைந்து கிடந்தன.

12

தந்தைமை

நோய்மையின் வீரியம் மகனின் காலை எடுக்கும் சூழ்நிலைக்குத் தள்ளியுள்ளது என்று மருத்துவர் அவரை அழைத்துச் சொன்னபோது சகலமும் அதிர்ந்தார். வேறு வழியில்லை. காலந்தாழ்த்தினால் உயிருக்கே ஆபத்தாய் முடியும் என்றும் எச்சரித்தார். தன்னாலேயே தாளவியலா இச்சொற்களை, கொடுந்தகவலை, மனைவியிடம் சொல்ல வேண்டிய நிர்ப்பந்தம் அவருக்கு. மருத்துவரின் அறையிலிருந்து வெளியே வந்து சில நிமிடத் தாமதத்திற்குப் பின் மெல்ல, திக்கித் திணறி விஷயத்தை மருத்துவர் கூறிய அதே தொனியில் கூறியிருந்தார். மனைவியிடமிருந்து பலத்த வீறிடலில்லை. அழுகையோ ஆர்ப்பாட்டமோ இல்லை. மயங்கி விழவில்லை. சொத்தெனத் தரையில் விழுந்தமர்ந்து எதிர்ப்புறச் சுவரை வெறிக்கத் தொடங்கினாள். நெடுநேரம் அப்படியே பிரமை பிடித்ததுபோல அமர்ந்திருந்தாள். அவருக்குச் சிறிது அச்சம் சூழ்ந்தது. அருகில் சென்று தோளைத் தொட்டார். கையை வெடுக்கெனத் தட்டிவிட்டாள். மனைவியின் முகத்தில் இதுநாள்வரை இப்படியொரு பார்வையை அவர் கண்டிருக்கவில்லை.

சேலம் அரசு மருத்துவமனையில் உள்நோயாளியாக அனுமதிக்கப்பட்டிருந்தான் வினோத். வலதுகால் தொடைவரை அகற்றப்படவிருக்கும் செய்தியை அவனிடம் யாரும் சொல்லவில்லை. இருந்தாலும் நடப்பதை ஓரளவு யூகித்திருந்தான். காலில் வலி தெரியாதபடி

மயக்கத்திலேயே வைத்திருந்தனர் பெற்றோர். மருத்துவமனை ஒப்புதல் படிவத்தில் இருவரும் கையொப்பமிட்டனர். வரும் புதன்கிழமை அறுவை சிகிச்சை என மருத்துவர்குழுவால் தீர்மானிக்கப்பட்டு அவர்களிடம் அறிவிக்கப்பட்டது.

செவ்வாய்க்கிழமை மதியம் வார்டுக்கு வந்த மருத்துவர், இனி ஆகாரம் எதுவும் கொடுக்க வேண்டாம், இரவு இனிமா கொடுத்து வயிற்றைக் கழுவ வேண்டும் என்றார்.

இரவு எட்டு மணிக்குக் காக்கி அரைக்கைச் சட்டையும் அதே நிறத்தில் பேன்டும் அணிந்திருந்த ஊழியர் வினோதிடம் பெயரைக் கேட்டு உறுதிப்படுத்திக்கொண்டு, "ரெடியா" என்றார். என்ன சொல்வதெனத் தெரியாமல் இருவரும் திக்பிரமை பிடித்தபடி இருந்தனர். பிறகு அவர்தான் மெல்ல சுதாரித்துக்கொண்டு 'போலாம்' எனத் தலையசைத்தார். மருத்துவமனையின் மருந்து நெடியையும் மீறி ஊழியரிடமிருந்து மது நெடி வீசியது.

கம்பவுண்டர்கள் யாரும் அந்நேரத்தில் இருக்கவில்லை. வார்டின் கடைக்கோடியில் நிறுத்திவைக்கப்பட்டிருந்த சக்கர நாற்காலியை அவரே தள்ளிக்கொண்டு வந்தார். வினோதைப் படுக்கையிலிருந்து சக்கர நாற்காலிக்கு மாற்றினார். வார்டிலேயே இருக்கும் நோயாளிகளுக்கான கழிப்பிடத்துக்குள் சக்கர நாற்காலியோடு மூவரும் நுழைந்தனர். தனித்தனியாக ஆறு கழிப்பறைகள். சுத்தம் சுகாதாரம் என்பதைப் பெயரளவுக்கும் காணாமல் திட்டுத்திட்டாய் விரவியிருந்தது மலம். உள்ளே நடக்கும் தடத்தின் சுவரோரமாகவே வினோதை ஒருக்களித்துப் படுக்கச் சொன்னார் ஊழியர். மிகவும் சிரமப்பட்டு நாற்காலியிலிருந்து எம்பியபடி தரையில் அமர்ந்து பின் ஊழியர் சொன்னதுபோல் சுவரின் பக்கமாய் ஒருக்களித்துப் படுத்துக்கொண்டான். கைலி, உள்ளாடை இரண்டையும் நீக்கச் சொல்லி இடுப்புக்குக் கீழ் நிர்வாணப்படுத்தினார்.

கையோடு கொண்டுபோயிருந்த 'ப' வடிவ பித்தளைப் பாத்திரத்தைச் சுவரில் மாட்டி அருகில் பாசி படர்ந்துபோயிருந்த, தொட்டியிலிருந்த தண்ணீரைக்கொண்டு அதனை நிரப்பினார். இரண்டு லிட்டர் அளவு தண்ணீர் பிடிக்கும் பாத்திரமாய் அது இருந்தது. முழுவதும் நிரப்பினார். பேன்ட் பாக்கெட்டிலிருந்து சிறிய மருந்து பாட்டிலை எடுத்துத் தண்ணீரில் விட்டு கலந்தார். பாத்திரத்திலிருந்து அதன் வால்போலத் தொங்கிக்கொண்டிருந்த குழாயை எடுத்து அதன் முனையின் அடைப்பைத் திறந்து பெருவிரலால் அடைத்துக்கொண்டார். வினோதைக் கால்களை நன்றாக அகட்டி ஒருக்களிக்கச் சொல்லிக் குழாயின் முனையை ஆசனவாயில் சொருகினார்.

பாத்திரத்திலிருந்த தண்ணீர் கொஞ்சங்கொஞ்சமாகக் குறையத் தொடங்கியது. மூச்சை நன்றாக இழுக்கச் சொன்னார். வினோதும் அப்படியே செய்தான். தண்ணீர் இப்போது இன்னும் சற்று வேகமாய் குறையத் தொடங்கியது. தண்ணீர் முழுதாய் தீர்ந்ததும் ஆசனவாயிலிருந்து குழாயை உருவினார். உருவியதுதான் தாமதம். மலச்சாந்து பீறிட்டடித்தது. "ச்சை எவண்டா இவன்" எனச் சலித்துக்கொண்டு வெளியேறினார் ஊழியர். கழிப்பறையின் தரை முழுக்க மலம். ஆண்கள் கழிப்பறை என்பதால் மனைவியையும் அழைக்க முடியாது. அவரே அருகிலிருந்த தொட்டியிலிருந்து நீரை மொண்டு மொண்டு தரையில் ஊற்றிவிட்டார். வினோதைச் சக்கர நாற்காலியில் அமர்த்திப் படுக்கைக்கு அழைத்து வந்தார். இனிமா கொடுத்த ஊழியர், அவருடைய மனைவியிடம் கனிவோடும் அனுசரணையோடும் பேசிக்கொண்டிருந்தார். "உன்னப் பாக்கத்தான் நிக்கறேன் பெருசு" எனச் சொல்லி நூறு ரூபாய்க்குக் குறையாமல் வாங்கிக்கொண்டு சென்றார்.

பொழுது விடிவதற்குள் மீண்டும் மகனுக்கு மலம் கழிக்க நேர்ந்தால் என்ன செய்வது, எப்படிச் சமாளிப்பது என யோசித்தபடியே படுக்கையின் கீழே தரையில் அமர்ந்து கொண்டார். மனைவி ஒரு ஓரமாய் சுருங்கிப்போய் கிடந்தாள். அவருக்கு இந்த நோய்மையும், நோய்மையில் அவதியுறும் மற்ற நோயாளிகளை நினைத்தும் வேதனையாகவும் விரக்தி யாகவும் இருந்தது. ஆரோக்கியம் தப்பிப்போய் வார்டிலிருந்த அனைவரும் இருமிக்கொண்டும் வலி பொறுக்க முடியாமல் அரற்றிக்கொண்டும் இருந்தனர். வாழ்வை நினைத்து விசித்திரம் ஏற்பட்டது அவருக்கு.

பக்கத்துப் படுக்கையில் ஓர் இளைஞன், 'சிறுநீர் வருகிறது, சிறுநீர் வருகிறது' எனக் கத்துகிறான். உடனிருப்பவர்கள் அழைத்துச் சென்றால் கழிப்பறையில் நின்றவாக்கில் பாவனையாய் குறியைக் கையிலெடுப்பதைப்போல் எடுத்து, சிறுநீர் கழிப்பதைப்போல நெடுநேரம் நின்றுகொண்டேயிருக்கிறான். பிறகு படுக்கைக்கு அழைத்து வந்து விட்டால் உடனே மீண்டும் கத்துகிறான். இம்முறை நிஜமாலுமே வருகிறதுபோல் இருக்கிறது எனக் கழிப்பறைக்கு அழைத்துச் சென்றால் மீண்டும் அதே கதைதான். தூங்குவதற்கு ஊசிபோட்டும் அவனால் தூங்க முடியவில்லை. 'சிறுநீர் வருகிறது சிறுநீர் வருகிறது' எனக் கத்திக் கூப்பாடு போடுகிறான். அய்யோ பேன்டிலேயே போய்விடுவேன் போலிருக்கிறதே என அலறுகிறான். விடியற்காலைவரை அவனது கத்தல் ஓயவில்லை. அவன் கத்தியதுபோலோ அஞ்சியதுபோலோ பேன்டிலேயோ அல்லது படுக்கையிலேயோ சிறுநீர் கழிக்கவுமில்லை.

இரவெல்லாம் விழித்தே கிடந்தார் அவர். மனைவியின் சோக முகத்தைப் பார்க்கவே முடியவில்லை. அறுவை சிகிச்சைக்கான ஏற்பாடுகளில் இன்னும் என்னென்ன செய்வார்கள், தான் என்னென்ன செய்ய வேண்டும் என ஏதும் புரியவில்லை. வினோத் அசந்து தூங்கிவிட்டிருந்தான். இருபது வயது. இந்தச் சிறு வயதில் காலை நீக்குமளவுக்கான நோய்மையை அனுபவித்துக்கொண்டிருக்கிறான்.

இரவு இனிமா கொடுத்ததில் முதல் முறை மலம் கழித்ததோடு சரி. விடியற்காலை மீண்டும் அதே நிறச் சீருடையில் வேறு ஒரு ஊழியர் வந்தார். மறுபடியும் இனிமா. இப்போது முந்தைய அளவில் இல்லை. வினோதால் கழிப்பறையில் உட்கார முடியவில்லை. அதனால் ஒருக்களித்து படுத்திருந்த நிலையிலேயே மலம் கழித்தான்.

பொழுது விடியத் தொடங்கியது. வார்டுக்கு வெளிவாயிலில் இருந்த மரத்தின் அடியில் அவர் நின்றுகொண்டிருந்தார். ஏராளமான பறவைகள் கீச்கீச்சென்று கத்திகூப்பாடுபோடத் தொடங்கியிருந்தன. உடல் சோர்வைவிடவும் மனச்சோர்வு மிகவும் அதிகமாக இருந்தது. அருகிலிருந்த கடைக்குச் சென்று சூடாக ஒரு தேநீர் பருகினார். புதன்கிழமை மிகவும் பளபளவென முகம் காட்டத் தொடங்கியிருந்தது.

வினோதை டிரஸ்ஸிங் ரூமுக்கு அழைத்துச் சென்றிருந்தார்கள். உடல் முழுவதையும் ஒருவித மருந்தால் துடைத்தார்கள் ஊழியர்கள். அக்குள் ரோமம், அடிவயிற்றிலும் குறியி ரோமங்களை பார்பர் மழித்தார். பின் அவரே கை நகங்கள், கால் நகங்களையும் வெட்டினார். சிறு வயதில் பார்த்ததுதான் என்றாலும் இருபது வயது மகனை முழு நிர்வாணமாகக் காண்பது அவருக்கே சிறிது கூச்சத்தை உண்டாக்கியது. வலது காலில் திட்டுத் திட்டாய்க் கறுப்பு. ரத்த ஓட்டம் அடைபட்டு வாடி வதங்கியிருந்தது. அதன்மீது பேன்டேஜ் துணியைக் கொண்டு தொடைவரை நீளமாய்ச் சுற்றினார்கள். ஒரு காலுக்கு மட்டும் வெள்ளைத் துணியில் பேன்ட் தைத்து போட்டதைப் போலப் புடைத்திருந்தது. வினோத் அழத் தொடங்கிவிட்டிருந்தான். அவனது அழுகையைக் காணச் சகியாமல் முகத்தை வேறு பக்கமாய்த் திருப்பிக்கொண்டவரின் கண்களும் கலங்கிவிட்டிருந்தது.

ஆபரேஷன் தியேட்டருக்கு அழைத்துச் செல்வதற்கான அத்தனை வேலைகளையும் முடித்துவிட்டிருந்தனர் மருத்துவமனை ஊழியர்கள். சூரியன் பளபளவெனச் சுட்டெரிக்கத் தொடங்கி விட்டிருந்தான். கழுத்திலிருந்து பைஜாமா போலான பச்சை நிற உடையில், தலையிலும் அதே போன்ற துணியுடன் வார்டிலிருந்து

சக்கர நாற்காலியில் அழைத்துவரப்பட்டான் வினோத் அவருக்கு மனது இருப்பு கொள்ளவில்லை. மருத்துவமனை ஊழியர் தள்ளும் சக்கரநாற்காலியின் வேகத்துக்கு ஈடு கொடுக்க முடியாமல் ஓட்டமும் நடையுமாய் உடன் வருகிறார். ஆபரேஷன் தியேட்டருக்குள் சக்கரநாற்காலி நுழையுமுன் ஒருகணம் நிறுத்தினார் ஊழியர். வினோதின் முன்பாக முதல் முறை அவர் அழுதுவிட்டார். பயிற்சி மருத்துவர் அவரைத் தேற்றி தைரியம் கூறிச் சக்கர நாற்காலியை உள்ளே இழுத்துக்கொண்டார்.

ஆபரேஷன் தியேட்டர் முன்பு கிடந்து தவிக்கிறார். இங்கும் அங்குமாய் உலாத்துகிறார். மணமாகி, கால தாமதமாய்ப் பிறந்த ஒரே மகன். ஒரு இடத்தில் நிலைகொள்ள முடியவில்லை அவரால். மணி பன்னிரண்டாகியிருந்தது. "வினோத்கூட யாரு இருக்கிறது?" என்று உள்ளிருந்து எட்டிப் பார்த்த பச்சை நிறச் சீருடையில் இருந்த ஒரு ஊழியர் கேட்டார். அவர் விழுந்தோடினார். உடன் மனைவியும் இன்னும் சில உறவினர்களும் வரவே அவரை மட்டுமே அழைத்து, பிளாஸ்டிக் பக்கெட்டில் போட்டுவைத்து எடுத்து வந்திருந்த வினோதின் வலது காலைக் காண்பித்தனர். சட்டென்று உடைந்து ஓவென அழுதார். மருத்துவ ஆராய்ச்சிக்காக அந்தக் காலைப் பயன்படுத்தப்போவதாகத் தெரிவித்தனர். கொண்டுவந்து காட்டியதற்குக் கையூட்டு ஐநூறு ரூபாய். மதியம் இரண்டு மணி. நீண்டு படுத்திருக்கும் வினோதை உள்ளிருந்து தள்ளிக்கொண்டு வருகின்றனர். வலது காலிருந்த இடத்தில் தற்போது சூழ்ந்திருக்கும் வெறுமை எதனைக் கொண்டும் நிரப்ப முடியாதபடி பரந்து விரிந்திருந்தது. வினோத் மயக்கத்திலிருந்தான்.

அறுவை சிகிச்சை முடிந்து இருபது நாளில் வீடு திரும்பி யிருந்தான். புண் ஆறும்வரை கவனமாக இருக்கும்படியும் மருந்துகளைத் தவறாமல் எடுத்துக்கொள்ளும்படியும் மாதம் இரு முறை வந்து காட்டிவிட்டுப் போகும்படியும் அறிவுறுத்தப்பட்டான். படுக்கையில்தான் எல்லாமே. அவனுக்கே இந்த வாழ்க்கை பிடிக்கவில்லை. காயம் மெல்ல ஆறத் தொடங்கியதும் ஒற்றைக்காலிலேயே எம்பி எம்பிக் கழிப்பறைவரை சென்றுவரத் தயாரானான். அப்படியே சில மாதங்கள் நகர்ந்தன.

அவர்தான் யார் யாரையோ கேட்டு முகவரி கண்டுபிடித்து செயற்கை உடல் உபகரணங்கள் செய்யும் அந்த இடத்தை அடைந்து அந்த ஊன்றுகோல்களை வாங்கிவந்தார். முதலில் அதை அக்குளில் வைத்துக்கொண்டு நிற்கவே வினோதால் முடியவில்லை. அவர் உடனிருந்து பயிற்சி கொடுத்தார். அவனை அமரவைத்துவிட்டு தானே ஒரு காலை மடக்கி வைத்துக் கொண்டு ஊன்றுகோலால் நடந்து காட்டினார். அதனை

வைத்துக்கொள்ளவும் வைத்துக்கொண்டு நடக்கவும் மிகவும் கூச்சப்பட்டான் வினோத். அவர்தான் கொஞ்சம் கொஞ்சமாக அவனது கூச்சத்தைப் போக்கினார். சில மாதங்கள் கடந்தன. ஊன்றுகோல்களால் சரளமாய் நடக்கத் தயாராகியிருந்தான். தாங்கு கட்டைகள்தான் உலகம் என்றானது அவனுக்கு. அவனது நிலப்பரப்பு மிகவும் சுருங்கிப்போனது.

செயற்கை உடல் உபகரணங்கள் செய்து விற்கும் மருத்துவமனை போலான அந்தக் கடைக்கு மறுபடியும் வந்தார். காலணிகள் ஒன்று உயரமாகவும் மற்றொன்று தாழ்ந்ததாகவும் வாக்கிங் ஸ்டிக், வீல் சேர் எனச் சகலமும் தயாரித்துக்கொண்டிருந்தனர். ஏறத்தாழ மருத்துவர் தோற்றத்தைக் கொண்டிருந்தவரிடம் மகனின் நிலையைச் சொல்லிச் செயற்கைக்கால் தயாரிப்புக்கான செலவுத் தொகையைக் கேட்டு அதிர்ந்தார். ஜெய்ப்பூரில் மாத்திரமே தயாரிக்கப்படும் அட்வான்ஸ் மாடல் என்றும் தாம் அத்தகைய உயர்தரமான ரகங்களை மாத்திரமே தயாரித்து விற்பதாகவும் அவர் கூறினார். அந்த அளவுக்குப் பொருளாதார வசதியற்ற தனது நிலைப்பாட்டைக் கூறி அங்கிருந்து திரும்பினார்.

பிறகு எங்கெங்கோ அலைந்து திரிந்து இந்த அறக்கட்டளை முகவரியைக் கண்டுபிடித்து முதலில் அஞ்சலட்டை எழுதி அனுப்பினார். அவர்களும் பதிவு செய்து கொள்வதாகவும் செயற்கை உடல் உபகரணப் பொருட்கள் வழங்கும் முகாம் நிகழும்போது தவறாமல் தகவல் தருவதாகவும் பதில் அனுப்பியிருந்தார்கள்.

நெடுநாட்களாய் ஏதும் தகவல் வரவில்லை. நம்பிக்கை யற்றவராய் இருந்தபோதுதான் அந்த அஞ்சலட்டை வந்தது. இரண்டு மாதங்கள் கழித்து ஒரு தேதியைக் குறிப்பிட்டு அன்று ஈரோட்டில் செயற்கை உடல் உபகரணங்கள் வழங்கும் முகாம் நடைபெற உள்ளது. இக்கடிதம் கண்டவுடன் உடனே நேரில் வரவும். முதலில் அளவு எடுக்கப்பட்டு உங்களுக்கான செயற்கை உபகரணம் தயாரிக்கப்படும். பிறகு முகாம் நிகழும் நாளில் நன்கொடையாளர்களால் வழங்கப்படும். முதலில் வருபவர்களுக்கே முன்னுரிமை என்று பதில் வந்திருந்தது. அஞ்சலட்டையைக் கையோடு எடுத்துக்கொண்டு அடுத்த நாளே வினோதோடு ஈரோட்டுக்கு பஸ் ஏறினார்.

ஈரோடு அவர் அடிக்கடி வந்துபோன ஊர் இல்லை. எப்போதோ ஒரு திருமணத்துக்கு வந்ததாய் நினைவு. அதுவும் கும்பலோடு கும்பலாய் வந்து போனதால் எந்த இடம் என ஏதும் தற்போது அவருக்கு நினைவில் இல்லை. பஸ் இறங்கியதும்

பா. ராஜா

நடத்துநரிடமே இடம் கேட்டார். பின் வினோதை அங்கேயே ஒரு டீக்கடையில் அமரச் சொல்லிவிட்டு அஞ்சலட்டையில் முத்திரையிடப்பட்டிருந்த அந்தக் கருங்கல்பாளையம் முகவரியைத் தேடி நடந்தார். ஈரோடு பேருந்து நிலையத்திலிருந்து இரண்டு கிலோமீட்டர் தொலைவில் இருந்தது அந்த முகவரி. வாடகை ஆட்டோ பேசிக்கொண்டு சென்று இருவரும் இறங்கினர். பெரிய இரும்பு கேட்டில் ஆள் நுழையுமளவு சிறிய வழிக்கதவு திறந்திருக்க உள்நுழைந்து அஞ்சலட்டையை ஒருவரிடம் காண்பித்தார். இந்த இடம்தான். நானும் பயனாளர் ஒருவருடன் வந்தவன்தான். வருவார்கள், உள்ளே உட்காரச் சொன்னார்கள் என்றார் எதிர்ப்பட்டவர்.

குடோன் போன்ற கட்டடம். ஆடைகளின் இருப்புக் கிடங்காகவும் மஞ்சள் மூட்டைகளின் இருப்புக் கிடங்காகவும் முன்பு பயன்படுத்தப்பட்டிருப்பதற்கான சுவடுகள் துல்லியமாகத் தெரிந்தது. செயற்கை உடல் உபகரணங்கள் செய்வதற்காகவே இந்த இடத்தைத் தற்காலிக வாடகைக்கு எடுத்திருப்பார்கள்போலத் தெரிந்தது. விஸ்தாரமான மைதானம் போலான மேற்கூரை வேயப்பட்ட காலி இடத்தில் அறுபது எழுபது நபர்களுக்கு மேலாகத் தரையில் அமர்ந்திருந்தனர். அதில் பாதிப் பேர் உடல் ஊனமுற்றோர். மீதிப் பேர் அவர்களுக்குத் துணையாய் வந்திருப்பவர்கள். கணக்குப் பார்த்தால் முப்பதுப் பேர் இருப்பார்கள். முப்பதில் இருவர் மத்திம வயதுப் பெண்கள். ஒருவர் நீங்கலாக மற்ற அனைவரும் கால்களை இழந்தவர்களாகவே இருந்தனர். பாதம்வரை சிலர், முழங்கால்வரை சிலர், தொடைவரை மூன்று பேர், அதில் வினோதும் ஒருவன். வந்திருந்த பயனாளர்களில் மிகவும் வயது குறைந்தவனும் அவனே. ஒருவர் மட்டும் செயற்கைக் கைக்காக வந்திருந்தார். கை மணிக்கட்டுக்கு மேலே முட்டிவரை துண்டிக்கப்பட்டிருந்தது. முழுக்கைச் சட்டை அணிந்திருந்தார். சட்டையின் கை காற்றில் அசைந்து அசைந்து கவனம் ஈர்த்தது.

அருகிலிருந்த அறைக்குள் அழைத்துத் தொடையின் சுற்றளவு, எஞ்சியிருக்கும் காலின் நீளம், அவனது உயரம் என அனைத்தையும் குறித்துக்கொண்டு அவர்களைப் போகலாம், தயாரானதும் கடிதம் வரும் என்று சொல்லி அனுப்பியபோது மாலை நான்கு மணிக்குமேல் ஆகிவிட்டிருந்தது. இருவருக்குமே நல்ல பசி. அது மிகவும் உள்ளடங்கிய கட்டிடம் என்பதால் அருகில் கடைகள் ஏதுமில்லை. ஒரு கிலோமீட்டர் தூரமாவது வந்தால்தான் கடை ஏதாவது இருக்கும். அங்கிருந்து வர ஆட்டோ ஏதும் வருவதாகவும் தெரியவில்லை.

சிறிது தூரத்தை இருவரும் நடந்தே கடந்தனர். பின்னால் ஏதோ வண்டி வரும் ஓசை கேட்கவே அவர் திரும்பினர்.

இருசக்கர வாகனத்தில் நாற்பது வயது மதிக்கத்தக்க ஒருவர் அவர்களை நெருங்கினார். வண்டியைக் கைகாட்டி நிறுத்தியவர் வினோதை மாத்திரம் சுட்டிக்காட்டி ஈரோடு பஸ் ஸ்டாண்டில் விட்டுவிடும்படியும் தான் நடந்தே வந்துவிடுவதாகவும் கூறினார். வண்டிக்காரரும் வினோதை ஏற்றிக்கொண்டு கிளம்பினார். அவர் பசி மயக்கத்தில் மெல்ல நடக்கத் தொடங்கினார். வினோதை ஏற்றிக்கொண்டுபோன அதே நபர் சில நிமிடங்களில் எதிர்ப்பட்டு வண்டியைத் திருப்பி அவர் ஏறிக்கொள்ளத் தோதாய் நிறுத்தினார். அவருக்கு என்ன சொல்வதென்றே தெரியவில்லை. மிகுந்த நெகிழ்ச்சியோடு ஏறி அமர்ந்தார். வண்டிக்காரர் வினோதை இறக்கிவிட்டிருந்த இடத்திலேயே அவரையும் இறக்கிவிட்டார். கைகூப்பி வணங்கி நன்றி தெரிவித்தார். வண்டிக்காரர் இப்படியொரு கணத்தை எதிர்பார்க்கவில்லை, அவரைப் பார்க்கக்கூட முடியாதவராய் ஒருவிதக் கூச்சத்தோடு தலையசைத்துவிட்டுச் சட்டென விரைந்து மறைந்தார். தாமும் ஒருவருக்கும் இதுவரையிலும் இப்படியாக உதவியதில்லையே என்று நினைத்தார். பேருந்து நிலையத்தினருகிலேயே ஒரு உணவகத்தில் சாப்பிட்டுவிட்டு ஊருக்கு பஸ் ஏறினர். இருள் கவியத் தொடங்கிவிட்டிருந்தது.

ஈரோடு சென்று ஒருபொழுது தங்கியிருந்து அளவு கொடுத்துவிட்டு வந்த நாற்பதாவது நாள் அஞ்சலட்டை வந்தது. ‘வரும் ஞாயிறன்று காலை பத்து மணிக்கு உடல் ஊனமுற்றோருக்கான செயற்கை உபகரணங்கள் மற்றும் கருவிகள் வழங்கும் விழாவில் உங்களுக்குச் செயற்கைக்கால் வழங்கப்பட உள்ளது. சனிக்கிழமை காலையிலேயே வந்திருந்து உங்களுடைய செயற்கைக்காலைப் பொருத்திப் பார்த்துச் சரியாக உள்ளதா எனத் தெரிந்துகொள்ளவும். சிறு சிறு குறைபாடோ மிகவும் இறுக்கமாகவோ அல்லது தளர்வாகவோ இருந்தால் உடனே அங்கேயே சரிசெய்துகொள்ளவும். அங்கேயே நடப்பதற்குப் பயிற்சி அளிக்கப்படும். தவறாமல் கலந்துகொள்க’ என்றிருந்தது கடிதத்தில்.

சென்ற முறை ஒரு பகல் பொழுது மட்டும் தான் ஆனது. இம்முறை இரண்டு நாட்கள் ஆகும்போல் இருக்கிறதே என யோசித்தார். சனிக்கிழமை சென்று அவர்கள் குறிப்பிட்டிருக்கும்படி சரிபார்ப்பு வேலையை முடித்துவிட்டு வீட்டுக்கே வந்துவிட்டுக் காலையில்கூடப் போகலாம்தான். ஆனால் வினோதை வைத்துக்கொண்டு அது சாத்தியமில்லை எனத் தோன்றியது. அப்புறம்தான் சனிக்கிழமை இரவு பேசாமல் அங்கேயே தங்கிவிடலாம், அவ்வளவு பெரிய வராண்டாவில் இருவர் தங்கினால் என்ன என முடிவெடுத்தார்.

சனிக்கிழமை காலை நேரமாகவே கிளம்பினர். அருகில் கடைகள் ஏதும் இல்லையென்பதாலும் வெளியில் சாப்பிட்டால் கூடுதல் செலவு என்பதாலும் மதியத்துக்கான உணவைத் தயார் செய்யச் சொல்லி எடுத்துக்கொண்டார். வினோதுக்கு அது சிறிதும் பிடிக்கவில்லை. அதென்ன போகுமிடத்தில் இப்படிச் சோற்றுமூட்டையைத் தூக்கிக்கொண்டு என அதிருப்தி காட்டினான். ஆனால் அவர் அதைச் சிரித்தபடி மழுப்பிக் கடந்தார்.

ஈரோடு போய்ச்சேர்ந்து அங்கிருந்து ஆட்டோ பிடித்து முகாம் நடைபெறும் இடத்துக்கு வந்தனர். ஏற்கனவே வந்து போனதால் இம்முறை தடுமாற்றமில்லாமல் இருந்தது. தூரமும் அதிக மில்லை. பேருந்து நிலையத்திலிருந்து பக்கம்தான்போல எனத் தோன்றியது இருவருக்கும்.

வராண்டாவில் இவர்களுக்கு முன்பாகவே நிறைய பேர் வந்து அமர்ந்திருந்தனர். பக்கத்து ஊர்களாய் இருக்கலாம். தோளில் கிடந்த துண்டை எடுத்து சிமென்ட் தரையை ஒரு தட்டுத் தட்டிவிட்டு அமர்ந்தார். சற்றுத் தள்ளி சுவரோரமாய்ச் சாய்ந்து வினோத் அமர்ந்தான். பக்கத்தில் சுவரில் சாய்த்தபடி ஊன்றுகோல்களை வைத்தான்.

சிறிது நேரத்திலேயே வினோத்தை உள்ளே அழைத்தார்கள். உடன் அவரும் சென்றார். அப்போதுதான் அங்கிருக்கும் மரமேஜைமீது அவனுக்கான செயற்கைக் காலை நீட்டியபடி வைத்திருந்தனர். அவருக்குச் சட்டென்று மருத்துவமனையில் பிளாஸ்டிக் பக்கெட்டில் போட்டு நீக்கப்பட்ட அவனது காலைக் கொண்டுவந்து காண்பித்த காட்சி நினைவிலாடியது. குரல்வளையை எதுவோ அடைத்தது. அருகில் சென்று அதனைத் தொட்டுப் பார்த்தார். விறைத்து விண்ணென இருந்தது. பாதத்தை மெல்லத் தடவினார். விரல்களில் அசைவில்லை. எவ்வித உணர்ச்சியுமில்லை. அதுபாட்டுக்குக் கிடந்தது. அவரால்தான் அப்படி இருக்க முடியவில்லை. இருக்க முயற்சி செய்தால் மேலும் விசும்பல் கூடுகிறது. கண்ணிலிருந்து ஒரு சொட்டு நீர் அந்தச் செயற்கைக்காலின் மீது விழுந்து நழுவிச் சரிந்தது.

விழாவுக்கான மேடை அமைத்திருந்தனர். அதனருகிலேயே தற்காலிகமான நடைப்பயிற்சி மேடை ஒன்றும் அமைத்திருந்தனர். இரு ஓரங்களிலும் இரும்புக் குழாய்கள் நடப்பட்டுச் செயற்கைக்கால் அணிந்து நடப்பவர்கள் பிடித்துக்கொண்டு நடக்கத் தோதாய் இருந்தது. செயற்கைக்காலை அங்கு எடுத்துச்சென்று பொருத்தி நடந்து பழகச் சொன்னார்கள். பொருத்தும் முறையையும் பெல்டுகளை இணைக்கும் விதத்தையும் அவரிடம் சொல்லிக்

கொடுத்தார்கள். வினோத் நடைப்பயிற்சி மேடையை நோக்கி நடந்தான். அவர் அந்தச் செயற்கை உறுப்பை இரு கைகளால் தொட்டுத்தூக்கினார். வினோதைத்தூக்குவதுபோலவே இருந்தது அவருக்கு. கைகள் லேசாக நடுங்கின. பத்து கிலோவுக்குக் குறையாமலிருக்கும் போலிருந்தது அதன் எடை. அதைச் சுமந்துகொண்டு வினோதால் நடக்க முடியுமா எனச் சந்தேகம் உண்டானது. ஊரில் கடையில் பார்த்த உயர்ரக ஜெய்ப்பூர் மாடல் இத்தனை எடை இருக்காது எனத் தோன்றியது அவருக்கு.

நடைப்பயிற்சி மேடைக்கருகில் வந்து மகனுக்கு அதைப் பொருத்தினார். வினோத் பக்கவாட்டுக் குழாயைப் பிடித்துக்கொண்டு நிற்க, செயற்கைக்காலை அவனுக்குப் பொருத்தும் காட்சி, அவர் அவனுக்குப் பாதபூஜை செய்வதைப் போலிருந்தது. பேனாவில் மூடியைப் போடுவதுபோல, வினோதின் இடுப்புக்குக் கீழாக எஞ்சியிருந்த வலது துண்டுக்காலைச் செயற்கைக்காலின் வெற்றிடத்தினுள் நுழைத்துப் பொருத்தி அதிலிருந்த பெல்டுகளை இடது தோள்பட்டையில் பெருக்கல் குறியைப் போல் பொருத்தினார்.

வினோத் அடியெடுத்து வைத்தான். ஊன்றுகோல்கள் இல்லாமல் நெடுநாட்கள் கழித்து வைத்த முதல் அடி. அப்படியே குழாயைப் பிடித்துக்கொண்டு ஒவ்வொரு அடியாய் எடுத்து வைத்தான். மனிதப் பாதங்கள் நடக்கும்போது அகன்று கொடுத்து இரு பாதங்களும் இடித்துக்கொள்ளாதபடியான அமைப்பைக் கொண்டது. செயற்கைக்காலின் பாதமோ விறைத்தபடி நீண்டிருந்ததால் அது இடதுகாலின் பாதத்தை அடிக்கொருதரம் பதம் பார்த்தது. காலை நேராக எடுத்துவைக்காமல் அகட்டியபடி எடுத்துவைக்கச் சொன்னார்கள். மதியம்வரை மெல்ல மெல்ல நடந்து பயிற்சி எடுத்து ஓய்ந்தான்.

மதிய உணவு சாப்பிட்டனர். மற்ற பயனாளர்கள் கால்களை மாட்டிக்கொண்டு நடைப்பயிற்சி செய்வதுமாய், சிறு குறைபாடுகள் இருப்பின் அதனைச் சரிசெய்ய அருகிலிருக்கும் அறைக்கு உடன் வந்தவர்கள் தூக்கிச் செல்வதுமாய், எடுத்து வருவதுமாய் இருந்தனர். “இன்னும் கொஞ்சம் நடந்து பழகுறியா?” எனக் கேட்டார். “வேணாம், வீட்டுக்குப் போயிப் பாத்துக்கலாம்” என்றான் வினோத். வந்திருந்தவர்களில் பெரும்பாலானவர்கள் இரவு அங்கேயே தங்கவிருப்பதை அறிந்தார்.

வடமாநிலத்திலிருந்து யாரோ தொழிலதிபர் சிறப்பு அழைப்பாளராய் வருகைபுரிந்து செயற்கை உடல் உபகரணங் களைப் பயனாளர்களுக்கு அளிக்கவிருப்பதாக அதிகாரி போலிருந்த நருபர் சொன்னார். எவ்விதம் பெற்றுக்கொள்வது

என்பதற்கான விதிமுறைகளையும் அனைவருக்கும் விளக்கிக் கொண்டிருந்தார் தொழிலதிபர், சிறப்பு அழைப்பாளர்களின் படம் பொறிக்கப்பட்டு, அறக்கட்டளையின் பெயரைத் தாங்கிய விளம்பரப் பதாகை ஒட்டப்பட்டு, ஜிகினாக் காகிதங்கள் தொங்க விழா மேடை தயாராகிக்கொண்டிருந்தது.

இரவு அங்கேயே தங்கும் முடிவில் வந்திருப்பவர்களுக்கான எவ்வித ஏற்பாட்டையும் அறக்கட்டளை செய்திருக்கவில்லை. அவர் மாலை நேரம் சிறிது தூரம் நடக்கலாம் என வினோதிடம் சொல்லிவிட்டுக் கிளம்பினார். வரும்போது இரவு உணவாக இட்லியோ பணியாரமோ கிடைத்தால் வாங்கிக்கொண்டு வந்துவிடலாம் என்று எண்ணம். கிளம்பும்போது அங்கிருந்த ஒருவர், வெளியேவா போறீங்க, இருங்க நானும் வருகிறேன் என்று இணைந்தார். உடன் வருவதாய்க் கூறியவரும் செயற்கைக்கால் வாங்க வந்த பயனாளிதான். ஐம்பது வயதிருக்கும். ஒல்லியான தேகம். ஈரோட்டுக்குப் பக்கம் சென்னிமலைதான் ஊர் என்றார். அங்கிருந்து தனியாக சைக்கிளிலேயே வந்திருக்கிறார், பின்புற கேரியரில் அமர்ந்துகொண்டு ஒற்றைக்காலிலேயே பெடல் போட்டபடி. அவரை வியந்து பார்த்தார். ஊரிலேயும் ஒரு நாளைக்கி பத்து பதினஞ்சு கிலோமீட்டர் இப்படியேதான் சுத்துவேன் என்றார். வாகனங்கள் ஏதுமற்ற அந்த மண்சாலையில் அவர் நடக்க, அவருக்கு இணையாய் சைக்கிளில் பெடல் போட்டும் சிலமுறை மண்சாலையில் காலால் ஒரு உஞ்சு உஞ்சியும் அவரோடு பேசிக்கொண்டே வந்தார்.

பத்து வருடங்களுக்கு முன் விபத்தானதாகவும் அப்போதிருந்தே எல்லோரும் இந்தக் கட்டைக்காலை வாங்கி போட்டுக்கொள்ளும்படி சொன்னார்களாம். அவருக்கு இந்த சைக்கிளே போதும் என்று விட்டுவிட்டாராம். இப்போதுகூட வாங்கிப் பார்க்கலாம், சரிவந்தால் இருக்கட்டும். இல்லாவிட்டால் தூக்கிக் கடாசிவிடலாம் என்றுதான் வந்திருக்கிறாராம். அவரது உடல்வாகும் சைக்கிளில் அப்படிப் பெடல் போட்டுக் கடப்பதற்குத் தோதாய்த்தானிருந்தது.

இருவரும் ஈரோடு பேருந்து நிலையத்திற்கே வந்து விட்டிருந்தனர். ஒன்றாகவே இரவு உணவைச் சாப்பிட்டனர். அவர் வினோதுக்கு நான்கு இட்லிகளைப் பொட்டலமாய்க் கட்டிக்கொண்டார். காலையில் தேவைப்படும் என்று ஒரு சிறிய ஹமாம் சோப்பும் கோபால் பல்பொடி சிறிய பொட்டலமும் வாங்கிக்கொண்டார். உடன்வந்தவர் கொசு ஜாஸ்தியாயிருக்கும் போலிருக்கு என்று கொசுவர்த்திச் சுருள் ஒன்றை வாங்கினார். சரியென அவரும் ஒன்று வாங்கினார். பேருந்து நிலையத்தை

ஒட்டியிருந்த பழக்கடையில் நான்கு வாழைப்பழங்களை வாங்கிக்கொண்டபடி இருவரும் நடந்தனர்.

இரவு நேரம் நிலா வெளிச்சம் பிரகாசமாயிருந்தது. மண்சாலையில் விளக்குகள் ஏதுமற்றிருந்ததில் நிலவொளி நன்கு புலப்பட்டது. உடன் வந்தவர் வாய் ஓயாமல் பேசிக்கொண்டே வந்தார். இப்படி ஓர் இரவை அவரது வாழ்வில் இதுவரை சந்தித்திருக்கவில்லை. உடன் வந்தவர் தனது நிலையையோ வறுமைச் சூழ்நிலையையோ குடும்பம் குறித்தோ ஏதும் பேசவில்லை. விபத்தில் இழந்த தனது உறுப்பையும் அதனால் உண்டாகும் இடர்ப்பாடுகள் குறித்துங்கூட ஏதும் பேசவில்லை. அவர்பாட்டுக்கு உற்சாகமாகவும வேடிக்கையாகவும் பேசிக்கொண்டே வந்தார். கழிவிரக்கப் பேச்சின் வாடை துளியும் அவரிடமிருந்து வீசாதது கண்டு அவருக்கு வியப்பாயிருந்தது.

பொட்டலத்து இட்லிகளிடம் வயிற்றைக் கொஞ்சங்கொஞ்சமாய் பிட்டு வைத்துக்கொண்டிருக்கிறான் வினோத். வானில் ஏராளமான நட்சத்திரங்கள். மகனின் வலது தொடைக்குக் கீழான வெற்றிடத்தைச் செயற்கையாய் நிரப்புவதற்குத் தந்தையும் உடன்வந்து வராண்டாவில் கால்நீட்டி அமர்ந்திருக்கிறார். கொசுக்களின் ரீங்காரம் காதருகில் ‘ரொய்யெ’ன ஒலிக்கிறது.

கொடையாளர்கள் ஏதோ ஒரு வடமாநிலத்தவர்கள். அவர்கள் அங்கிருந்து கிளம்பும் முன்னரே பயனாளர்களை நிகழ்விடத்தில் ஒருங்கிணைத்துவிட்டிருக்கிறது அறக்கட்டளை நிர்வாகம். இங்கு அவர் கொசுவர்த்திச் சுருள் கொளுத்த, தீக்குச்சி உரசியதும் எங்கோ வடமாநிலத்தில் ஸ்டார்ட் ஆகும் வண்டி வந்துசேரும்வரை தாங்குமோ சுருள்.

***பேசும் புதிய சக்தி*, தீபாவளி மலர் 2020**

13

மந்திரச் சொல்

தீவிர சிகிச்சைப் பிரிவில் அனுமதிக்கப் பட்டிருந்தான் சுதாகர்.

பிறவண்டிகள்நிற்கும்வரிசையில்ஊர்ந்துசென்று விடுபட்டிருந்த சிறு வெற்றிடத்தில் தன் இருசக்கர வாகனத்தைத் திறம்படச் சொருகிவிட்டு நிமிர்ந்தான் சரவணன். மருத்துவமனையின் உச்சியில் ஒளிர்ந்து நகரும் நீல நிற எழுத்துகள் 'நியூரோ பவுண்டேசன் மருத்துவமனை' என்று நகர்ந்து நகர்ந்து மீண்டும் தொடர்ந்தது.

நீர் வளமின்றி ஊரில் கொஞ்சம் நிலபுலன்களை விற்று அத்தொகையில் சிறிய அளவிலான அரிசிமண்டி ஒன்றைத் தொடங்கி, பதினைந்து ஆண்டுகளுக்கு முன்பு இங்கு வந்தவன்தான் இந்த சுதாகர்.

கடுமையான உழைப்பாளி. மிகக் கறாரான வியாபாரி. சொல் சுத்தம், பொருள் தரம் போன்ற உயரிய காரணிகளால் ஏற்றம் பெற்றிருந்தது அவன் வாழ்வும் வியாபாரமும். அந்தத் தெரு மட்டுமின்றி அப்பகுதி முழுக்கவே அனைத்து உலைகளிலும் அவன் கடை அரிசியே பொங்கியது.

மொத்த வியாபாரம். சுபகாரியங்களுக்கு டோர் டெலிவரி. தவணைமுறை வசூல் எனத் தொடர்ந்து அடுத்தடுத்த நிலைக்குச் சென்றுகொண்டே இருந்தது அவன் வாழ்வு. வியாபார அபிவிருத்தியால் நகரின் பிரதான அங்காடியொன்றில் பங்குதாரர் ஆனான்.

இப்போது தொலைபேசியில் கூப்பிட்டுப் பட்டியல் கூறினாலும் மளிகைப் பொருட்கள் அனைத்தும் இஞ்சி வில்லை முதற்கொண்டு தவறாமல் வீடுதேடி வந்துவிடும். அத்தகைய செய்நேர்த்தி பணம் பெறுவதிலும் அப்படியே. தவணைகூறித் தப்ப முடியாது. வளவளா பேச்சால் சரிக்கட்ட முடியாது.

வெள்ளாமையில் தோற்று நிலபுலன்களை விற்ற வெறியை வியாபாரத்தில் தணித்து வெற்றிக்கொடி நாட்டினான். திரும்பிய பக்கமெல்லாம் நிலம், வீடு வாங்கியிருப்பதாக உழைப்பில் பின் தங்கியவர்கள் அங்கலாய்த்தார்கள். இந்த ஊருக்கு வந்த பின்தான் சுதாகருக்கும் அவனது சகோதர சகோதரிகளுக்கும் ஒன்றன்பின் ஒன்றாய்த் திருமணமும் நடந்தது.

இத்தனை இருந்தும் சுதாகரனும் சரவணனும் அதிகம் நெருங்கிப் பழகச் சூழல் உருவாகாமல்போனது. தெருக்காரர்களும் அதையே அதிசயித்துப் பேசுவார்கள். எதிரே இருவரும் சந்திக்க நேர்ந்துவிட்டால் மிக மெல்லிய சிறு தலையசைப்பு, அவ்வளவே.

இந்தப் பதினைந்து ஆண்டுகளில் கணக்கெடுத்தால் சுதாகரிடம் அதிகபட்சம் ஒரு முப்பது வார்த்தைகள் பேசியிருப்பான். டீக்கடையில் இருவரும் சேர்ந்து தேநீர் குடித்ததில்லை. ஊர்த்திருவிழாவின் அவசர காரியத்திற்கு இருவரும் பைக்கில் பயணித்ததில்லை. தெருக்காரர்கள், தெரிந்தவர்கள் வீட்டுத் திருமணத்துக்கு முந்தைய இரவில் கூடிக் குடித்து சீட்டோ தாயமோ ஆடியதில்லை. ரஜினி படத்துக்கான ரிசர்வேஷன் டிக்கெட் வைத்திருந்தும் அவன் முன்னால் போய் சரவணன் நின்றதில்லை.

ஒருமுறை ஒரு இக்கட்டான சூழலில் குடும்பத்தின் மருத்துவச் செலவுக்காய்ப் பணமின்றித் தடுமாறியபோது, நன்கு பழகிய பலராலும் உதவ முடியாமல் போயிருக்க சுதாகர்தான் வேறொருவர் மூலமாகப் பண உதவி செய்திருந்தான்.

அதுவுங்கூட அதைத் திருப்பித்தர முனையும்போதுதான் சரவணனுக்குத் தெரிந்தது. தெரிந்தவுடன் உடனடியாகச் சென்று நன்றி சொல்லிக் கட்டியணைத்து அழத் தோன்றினாலும்கூடச் சட்டென அதைச் செயல்படுத்தக் கூச்சமும் தயக்கமும் விடவில்லை.

அன்றிரவு நல்ல மழை. கூடவே பல மணிநேர மின் துண்டிப்பு. பெய்த மழைக்கும் மின்தடைக்கும் ஊரே உறக்கத்திலிருந்த அதிகாலை நான்கு மணிக்குக் கொள்முதல் விஷயமாக பைக்கில் கிளம்பிப் பிரதான சாலைக்கு வந்தவனைப் பின்னால் விரைந்து

பா. ராஜா

வந்த வாகனம் மோதிச் சென்றதால் கீழே விழுந்தவன் தலையில் அடிபட்டுக் கிட்டத்தட்ட ஒரு மணிநேரத்துக்கு மேலாக மயங்கிய நிலையில் அங்கேயே கிடந்திருக்கிறான்.

அந்நேரத்தில் இடித்துவிட்டுச் சென்றிருக்கிறது என்றால் அது நிச்சயம் பால்வண்டிதான் என்று யூகித்துச் சிலர் பேசிக் கொண்டனர். சிலரோ அவனது வளர்ச்சி பிடிக்காமல் ஆள்வைத்து அடித்துவிட்டனர் என்றும் கிசுகிசுத்துக்கொண்டனர்.

மாலை. மருத்துவமனையிலிருந்து கொஞ்சம் பணம் எடுத்துக்கொண்டு போக வந்த அவன் மனைவியை வழியிலேயே சூழ்ந்துகொண்டு பலரும் நலம் விசாரிக்க அழுதுகொண்டே வீட்டை நோக்கி அவள் ஓடிய சித்திரம் சரவணனை ஏதோ செய்தது. அவளுக்கு இப்போது பொருளாதாரரீதியான உதவி ஏதும் தேவையில்லை. சுதாகரின் வாழ்க்கைத்தரம் அப்படியிருந்தது. அவளுக்குத் தேவையானது மனரீதியான ஆறுதல், தைரியம். இரு குழந்தைகளின் எதிர்காலத்துக்கான நம்பிக்கை. அதற்கு சுதாகர் தான் வேண்டும்.

இன்று இருபத்து இரண்டாவது நாள். தெருவிலிருக்கும் அனைவரும் நோயாளியையே தொந்தரவுக்குள்ளாக்கும் வகையில் பல தடவை சென்று வந்து ஒன்றிரண்டு தகவல்களைக் கூட்டியும் குறைத்தும் கூறிக்கொண்டிருந்தனர். சரவணன் இன்றுதான் வருகிறான். சொல்ல முடியாத ஒருவிதமான கூச்சத்தின் காரணமாக சுதாகரைப் பார்க்க வருவதை இத்தனை நாள் தவிர்த்தான். இப்போது கூட எவருக்கும் தெரியாமல் இருக்க விரும்பி, யாருமற்ற, அதிலும் அவன் மனைவி வீடு திரும்பிவிட்ட இன்றைய இந்த மாலை நேரத்தைத் தேர்வு செய்திருந்தான்.

புற நோயாளிகள் மருத்துவரின் மூடப்பட்ட அறைக்கதவை வெறித்தபடி அடுத்த நபரை அழைக்கும் ஒலி வெளிப்படும் நொடிக்காகக் கையில் டோக்கனுடன் காத்திருந்தனர். இருக்கைகள் அனைத்தும் நிரம்பிச் சுவரோரமாய் சிலர் நின்றுகொண்டிருந்தனர்.

இயல்பிலேயே உயர்கட்டடங்கள் மீதெல்லாம் வெறுப்புடைய சரவணனுக்கு அம்மருத்துவமனையின் பிரம்மாண்டம் தயக்கத்தையும் சிறிது அச்சத்தையும் உண்டாக்கியது.

நீண்ட தொங்கட்டான்கள் மினுங்க மினுங்கத் தலையசைத்து போனில் பேசிப் பதிலளிக்கும் வரவேற்பறை பெண் முன் வந்து நின்றவன் அவள் போனில் பேசி முடிக்கும்வரை காத்திருந்து சுதாகர் என்ற பெயரைக் கூறினான்.

"சுதாகர் முத்துவா?" என்று கணினியைப் பார்த்தவாறே கேட்டவளின் முன்பு திகைத்து முகவரியைக் கூறினான். அவர்கள்

பூர்வீக முகவரியைக் கொடுத்திருந்தனர். விபத்தையும் வயதையும் கூறினான்.

“ஆமாம் சார், அவர்தான். முதல் மாடி ரூம் நம்பர் 105” என்று கூறி அனுப்பிவைத்தாள். அவனது முழுப் பெயர் சுதாகர் முத்து எனும் விஷயம் சரவணனுக்கு இப்போதுதான் தெரிந்தது.

ஒன்பது படிகள், பின் சிறிது நீண்ட வெற்றிடம், பிறகு உடல் திருப்பி மீண்டும் ஒன்பது படிகள் ஏறியதும் முதல் தளம் என்ற எழுத்து கண்ணில் படுகிறது. அறை எண் 100ஐப் பார்த்ததும் அவ்வரிசையிலேயே முன்னேறினான். 105 வந்துவிட்டிருந்தது. மூடப்பட்டிருந்த கதவின் முன் நின்றான். தட்டலாமா அல்லது இப்படியே திரும்பிவிடலாமா என்று குழப்பம் தோன்ற ஒருவழியாகக் கதவை மிகச் சன்னமாய்த் தட்டினான்.

ஐம்பது வயது நிரம்பிய, ஏழ்மையை உடல், உடை என எங்கும் பூசிக்கொண்டிருந்த ஒரு அம்மா கதவு திறக்க, “சுதாகர்” என்றான் தயங்கியபடி. வரச்சொல்லித் தலையசைத்தார்.

கட்டிலில் சுதாகர் உடல் மெலிந்துபோய் சுருங்கி யிருந்தான். தலை மழித்து, கிழிந்த கீழுதடு தைக்கப்பட்டு, மூக்கில் சொருகப்பட்ட குழாயுடன் பார்ப்பதற்கு சுதாகர் என்பதற்கான அடையாளம் ஏதுமற்று சுத்தமாய் மாறியிருந்தான். நான் தேடி வந்தது இவரை இல்லையே என முணுமுணுத்துத் திரும்ப எத்தனித்த போது,

“அரிசிக்காரரைத்தானே பாக்க வந்தீங்க”,

“ஆமா.”

“மொக சாட தெரியிலயாய்யா” என்று அழத் தொடங்கினார் அந்த அம்மா.

மருத்துவர் ஒருவர் உள்ளே வந்து சில பரிசோதனைகள் செய்து வெளியேறினார். வீங்கிய கீழுதட்டின் வழியே எச்சில் ஒழுக, சீரான மூச்சு இல்லாமல் திடீரென அதிகமாவதும், பின் சீராவதும் என இந்த இருபத்து இரண்டு நாட்களாய் இன்னமும் நினைவு திரும்பாமல் படுத்துக்கொண்டிருக்கிறான். அறுவை கிச்சை செய்து கட்டுப் போடப்பட்டிருந்த, பின்மண்டைப் பக்கத்திலிருந்து லேசாய் ரத்தக் கசிவு இருந்தது. கன்னம் பெருத்த சேதம் கண்டிருந்தது.

தொடர்ச்சியாய் சிறிது நேரம் அவனை அப்படிப் பார்க்க முடியாமல் பார்வையைத் திருப்பினான். விசும்பலோடு பேச்சைத் தொடங்கினார் அந்த அம்மா.

“நான் இவுருக்குச் சின்னம்மா மொற வேணுந்தம்பி. காசு காசுண்ணே அலைஞ்சாரு. இப்ப இப்பிடி கெடக்கறார். சொந்த பந்தத்த கிட்ட அண்ட வைக்கவே மாட்டாரு. நாங்கூட ஒருவாய் சோறு தின்னதில்ல இவுரு வூட்ல. மூக்குல நெஞ்சுல வச்சிருந்த ஒயரு மிசுன்னுலாம் இன்னிக்கித்தான் எடுத்தாங்க. மருமக கிட்டயும் அவ தம்பிக்காரங்கிட்டயும் டாக்டருங்க என்னா சொன்னாங்க ஏது சொன்னாங்கன்னு நம்மகிட்ட அவுங்க எதுவும் சொல்றதில்ல. நேத்திக்குகூடப் பெரிய டாக்டரு ரண்டு பேத்தையும் ரூமுக்குக் கூட்டிட்டுப்போயி ரொம்ப நேரம் பேசிக்கிட்டிருந்தாரு. என்னா ஏதுன்னு தெரியில. மூள கலங்கியிருச்சின்னுதான் நான் நெனக்கிறேன், இல்லாட்டி இத்தன நாளா இவ்ளோ வைத்தியம் செஞ்சும் கொஞ்சங்கூட நெனவே திரும்பலயே.”

சற்று நிறுத்தி மீண்டும் தொடர்ந்தார்.

“அங்க வூட்டுக்கிட்ட இருந்து வர்றதா சொல்ற, நாஞ்சொன்னன்னு ஏதும் சொல்லிராதப்பா. பிள்ளைங்கள வச்சிக்கிட்டு அவ இங்க இருக்க தோதுப்படல. பத்து நாளா நாந்தான் கூட இருக்கேன். பிள்ளைங்கள பள்ளிக்கூடத்துல வுட்டுட்டு பத்துப் பதினோரு மணிக்கு வந்து இருந்துட்டு சாயங்காலமா போயிருவா. எங்களால ஆன வைத்தியத்த செஞ்சிப்புட்டோம், எல்லாஞ் செரியாப்போவும்னு பெரிய டாக்டர் சொன்னாராம். அதுவும் நானா கேக்கங்காட்டிக்கி சொன்னா அவ, இல்லாட்டி அதுகூட நமக்குத் தெரியாது. எதுனா பேச்சுக்குடுத்துக்கிட்டே இருங்க, அப்பத்தான் சீக்கிரமா நெனவு திரும்பும்னு டாக்டர் சொன்னாராம். அவுளும் சும்மா சொல்லக் கூடாது. காலைல வர்றா, ஏதேதோ பேசறா, பீச்சாங்கண்ணு மாத்தரம் லேசா அசையுது, மத்தபடி ஒண்ணுமில்ல. முந்தாநேத்து ஞாயித்துக்கெழம பிள்ளைங்கள கூட்டிட்டு வந்தா, அதுக ஒரே அழுக. அப்பன இப்பிடிப் பாத்தாக்கா பிஞ்சுக எப்பிடித் தாங்கும்? நீயே சொல்லு. ஆளுக அடிக்கடி வந்து பாத்தாக்கா ஏதோ இது ஆயிருமாமே, இந்தா இந்த மருந்த கையில தேச்சுக்கச் சொன்னாங்க.”

கிருமிநாசினியை உள்ளங்கையில் ஊற்றித் தேய்த்தபடியே அறையைச் சுற்றுமுற்றும் பார்த்தான். சற்றே பெரிய அறைதான். உயர்தரமான படுக்கை. அதைச் சுற்றிலும் ஏதேதோ மருத்துவ உபகரண இயந்திரங்கள். அவற்றைப் பார்த்துக் கொண்டிருந்தவனிடம் அந்த அம்மா, “நீயும் எதுனாப் பேசுப்பா” என்றதும் அவனுக்கு ஒரு கணம் ஏதும் புரியவில்லை. சுதாகரிடம் என்ன பேசுவது? வார்த்தை ஏதும் வரவில்லை. இந்த நிலையில் அவனை அசைத்துப்பார்க்கும் ஒரு சொல் சரவணனிடம் இல்லவே

இல்லை. என்ன சொல்லுவது, என்ன பேசுவது, வந்திருப்பது தான்தான் எனச் சொல்லலாமா என்று எதுவும் புலப்படாத குழப்ப நிலை. என்ன பேசப்போகிறான் என்பதை எதிர்பார்க்கும் இந்த அம்மாவின் எதிர்பார்ப்பை எப்படிப் பூர்த்திசெய்வதெனப் புரியாமல் திக் பிரமையாகி நிற்கும் அவன் இதைச் சிறிதும் எதிர்பார்க்கவில்லை.

மருத்துவர்களாகிய நாங்களும் இக்கட்டிடமும் செங்கல்களும் செய்வதற்கு ஏதுமில்லை. மறதியில் மூழ்கிய மூளைச் செயல்பாடு உங்கள் சொற்களில் தூண்டப்படலாம். ஆம், நம்புங்கள். நம்பிக்கையாய்ப் பேசுங்கள் என்று அசரீரியாய் சரவணனுக்குக் கேட்கிறது.

இருபத்தோரு நாட்கள் முழுதாய் ஓடி, மனைவி, மக்கள், உற்றார், உறவினர் என விடாது பேசியும் பயனற்ற இந்த இருபத்து இரண்டு நாளில் பார்வையாளர்கள் நேரம் '4:00 6:00' எனக் குறிக்கப்பட்டிருக்கும் நேரத்தில் 5:55க்கு அவன் முறை வந்திருக்கிறது.

ஒரு மந்திரச்சொல்லுக்காக அவனது மௌனம் எதனிடமோ மன்றாடிக்கொண்டிருக்க வராந்தாவில் இருக்கும் கடிகாரம் அந்த மருத்துவமனையின் மாலை நேர நிசப்தத்தின் மீது ஆறு முறை ரீங்காரமிடுகிறது.

நடுகல், ஜூலை 2020

15

காலச்சுவடு பப்ளிகேஷன்ஸ் (பி) லிட்.
Published by Kalachuvadu Publications Pvt. Ltd.,
669, K.P. Road, Nagercoil 629001, India
Phone: 91-4652-278525
e-mail: publications@kalachuvadu.com

12/2022/S.No. 1147, kcp 4229, 18.6 (1) rss